JE, YESU KRISTO NDIE ISA BIN MARYAM?

Dk. Maxwell Shimba

UTANGULIZI WA MCHAPISHAJI

Nawasalimu wasomaji wote kwa jina la Bwana wetu Yesu Kristo alie hai. Kitabu hiki kilicho mikononi mwako hivi sasa ni juhudi ya miaka mingi sana ya Dk. Maxwell Shimba na Huduma ya Max Shimba Ministries Org ya huko New York, Amerika. Kama lilivyo jina la Kitabu ndivyo ulivyo ujumbe wenyewe ambao mwanachuoni huyu mahiri kabisa aliyeifafanua ni mtu aliyebobea katika fani zote ambazo mfasiri (Mfafanuzi) anatakiwa awe nazo. Mtumwa wa Yesu Kristo Dk. Maxwell Shimba ameonyesha cheche zake katika vitabu vingi alivyoviandika katika maudhui mbalimbali na hivyo kujipatia wasomaji wengi sana.

Msomi huyu, mwenye fikra huru na anayetetea kile anachokiamini, ni mtu mwenye mawazo mapana na kuyaangalia mambo kwa undani sana, kipaumbele chake ni katika maslahi ya umma huu na amejaribu sana kwenda na wakati. Sifa kubwa ya pekee ya mwanachuoni huyu ni kuwa yeye hakujihusisha sana na kung'ang'ania madhehebu fulani tu, labda hii yatokana na wadhifa wake wa ukadhi "Restorative Justice" aliokuwa nao katika nchi ya Marekani ambayo ina madhehebu mengi, ambapo suala la madhehebu ni nyeti nchini humo, hata hivyo yeye aliweza kuamua matatizo ya watu kwenye ofisi yake iliyopo Kitongoji cha New York kulingana na madhehebu yao pale walipomwendea, hiyo ilmsaidia sana.

Jambo lililotupa msukumo kutafsiri kitabu hiki kwa lugha ya kiswahili ni zile faida nyingi atakazozipata msomaji na kujua mambo mengi na ya ajabu yaliyo mapya kwake ambayo si rahisi kuyapata kwa waandishi wengine.

Msomaji atapata faida katika fani za Injili ya Bwana Yesu Kristo, Sayansi, Siasa, Historia, Mashairi, visa vizuri, na Saikolojia miongoni mwa mengine; ndiyo maana msomaji atashangaa kidogo anaposoma Kitabu hiki atakapoona mwandishi amewataja na kuwanukuu watu kama kina Mtume Muhammad, Isa Bin Maryam, Mfalme Constantine, wanasayansi na wengineo, hali inayoifanya kitabu hiki kuwa ni cha kipekee kabisa. Mtindo alioutumia mwandishi ni sahali uliokusudiwa watu wa tabaka mbalimbali, wanavyuoni na watu wa kawaida.

Ruhusa imetolewa kwa yeyote anaetaka kukichapisha upya kitabu hiki kwa sharti tu kwamba asibadilishe chochote bila ya kutujulisha, na atutumie nakala moja baada ya kukichapisha. Nia yetu ni kukigawanya kitabu hiki bure lakini tumelazimika kukiuza kwa bei nafuu ili kurudisha gharama za uchapishaji. Mwisho, shukrani kubwa iwaendee bila ya kuwataja watu waliojitolea usiku na mchana, jopo la wafasiri, wahariri, wachapaji, waliotupa moyo na kutoa maoni yao na walioisimamia ili kuhakikisha kwamba kitabu kimemfikia msomaji.Mchapishaji.

Kutokana na maombi mengi ya wasomaji wetu wa Kiswahili, ambao ni wa madhehebu mbalimbali ya Wakristo walioko Afrika Mashariki na Kati, Amerika ya Kusini na Kaskazini, Uarabuni na hata nchi za Ulaya, tumeonelea kukichapisha Kitabu hiki ili kupunguza kiu yao kama si kuiondoa kabisa. Uzuri wa chapa hii ni utaratibu uliotumika, ambapo baada ya Aya kufasiriwa, maelezo yake yanapatikana moja kwa moja chini yake bila ya kwenda kwenye ukurasa mwingine, na utaratibu huu ndio utakaotumika katika chapa zote zitakazofuata.

Hatuna budi kuwashukuru wote waliotumia wakati na akili zao katika kufanikisha lengo hili adhimu, bila ya kuwasahau wafadhili na wasimamizi wetu. Mwenyezi Mungu awalipe kheri nyingi. Vilevile tunawashukuru sana wasomaji wetu ambao waliotukosoa, hivyo kuchangia, kwa kiasi kikubwa, kuisahihisha chapa hii, na tunawaomba waendelee kufanya hivyo.

DIBAJI

Mimi nimetunga mfululizo wa vitabu vidogo vidogo katika itikadi na misingi yake. Nimevitunga kulingana na mfumo na mantiki ya kizazi cha kisasa, ambacho hakiamini kitu ila kile kinachokitaka na chenye kuafikiana na malezi yake na maendeleo yake.

Kuandika juu ya karatasi tu, sio sharti la kufaulu katika kitu chochote; isipokuwa kufaulu ni kumridhisha na kumpendeza msomaji kile atakachokisoma. Msomaji naye hawezi kuridhia kitabu chochote, isipokuwa kiwe kwa ajili yake na sio kwa ajili ya mwandishi. Na-huko kuridhia kunampa nguvu mwandishi kuendelea. Hapo ndipo msomaji na mwandishi wanapoathiriana. Kwa vyovyote ilivyo, kuenea kwa mfululizo huo wa vitabu vidogo vidogo na majarida kumenipa nguvu ya kutunga vitabu vikubwa na vipana; kama vile: Roho Mtakatifu, Yesu ni Mungu, Allah sio Yehova, Mungu wa Kweli, Yesu ndani ya Quran, Yesu sio Isa Bin Maryam n.k. Vitabu hivi vinapatikana katika lugha mbali mbali ikiwepo ya Kiingereza, Kispanishi, na Kifaransa.

Mwenyezi Mungu naye akavifanyia vitabu hivi kama alivyofanyia vile vingine.

Kwa hivyo basi, nitaendelea kuandika na kuwa na ndoto ya kutimia na kufaulu mpaka kufa. Yesu yeye peke yake ndiye ambaye atasimamisha nishati yangu. Nami nitaendelea kutoa juhudi zangu muda wote wa uzima wangu.

Kizazi cha kisasa Kila kitu kina sababu ya kutokea kwake, ni sawa kiwe ni cha kimaumbile, kama vile tufani na tetemeko; au cha kijamii, kama vile ujinga na ufukara; au kiwe ni katika mambo ya moyoni, kama vile imani na kufuru. Hakuna kitu chochote kinachotokea kwa sadfa bila ya sababu yoyote, au bila ya mipangilio yoyote. Nitayafafanua maelezo haya kwa swali na jibu lifuatalo:

Mhubiri Mlango wa 3: 1 Kwa kila jambo kuna majira yake, Na wakati kwa kila kusudi chini ya mbingu.2 Wakati wa kuzaliwa, na wakati wa kufa; Wakati wa kupanda, na wakati wa kung'oa yaliyopandwa;3 Wakati wa kuua, na wakati wa kupoza; Wakati wa kubomoa, na wakati wa kujenga;4 Wakati wa kulia, na wakati wa kucheka; Wakati wa kuomboleza, na wakati wa kucheza;5 Wakati wa kutupa mawe, na wakati wa kukusanya mawe; Wakati wa kukumbatia, na wakati wa kutokumbatia;6 Wakati wa kutafuta, na wakati wa kupoteza; Wakati wa kuweka, na wakati wa kutupa;7 Wakati wa kurarua, na wakati wa kushona;Wakati wa kunyamaza, na wakati wa kunena;8 Wakati wa kupenda, na wakati wa kuchukia; Wakati wa vita, na wakati wa amani.9 Je! Mtendaji anayo faida gani katika yale anayojishughulisha nayo?

Kwa nini kizazi cha sasa hakijishughulishi na misimamo ya kiimani na kidini kama kilivyokuwa kizazi kilichopita? Vijana wengi wa kileo wameachana na ibada na mazingira ya kidini; bali imekuwa uzito sana kwao kusikiliza mafundisho, mahubiri, na nasaha za kidini; hata msimamo mzuri wa kiutu - kama udugu, usawa, amani, kusaidiana, ukweli na uadilifu - haumo katika nyoyo zao kabisa.

Inapotokea kuzungumzia basi wanazungumzia katika ndimi zao tu, sio katika nyoyo zao; ila ikiwa kuna manufaa ya kibinafsi.

Na kazi ambayo tunaiweza kuifanya, nionavyo mimi,ni:

Kwanza: Tuitilie mkazo dini katika mashule, hasa Biblia, kuisoma, kuihifadhi na kuifasiri. Kwani hiyo ndiyo msingi. Kama wasimamizi wakikataa kufundisha dini katika mashule na watakataa tu, basi ni juu yetu kuanzisha Shule za kibinafsi kwa ajili ya lengo hilo tu.

Tuanzishe Shule hizi kutokana na mamillioni yanayotolewa sabili kwa wanavyuoni wakubwa na wengine Wala sijui kama kuna kazi nyingine bora zaidi ya kutumia pesa hizo kuliko kufufua na kuyaeneza mafundisho ya dini.

Pili: Kila mmoja katika watu wa dini atekeleza wajibu wake kwa ikhlasi, baada ya kujiandaa kuwa kiongozi mwenye mwamko, anayejua namna ya kuwakinaisha vijana, kuwa dini ndio chimbuko la msimamo ulio sawa, ambalo litawapa maisha mema zaidi.

Tatu: Kuufafanua uhakika wa dini, kuufanya mwepesi kufahamika na kuutangaza kwa vitabu, hotuba, makala na matoleo kadhaa. Tumthibitishie mjinga na mwenye shaka kuwavuta kwenye Ukristo kwa kutumia Biblia Takatifu. Yesu anatosheleza kabisa mahitaji ya mwanadamu ya kiroho na ya kimaada; na unaweza kutatua matatizo yake; na kwamba una lengo la kumfanya afaulu katika dunia yake na akhera yake.

Yesu Kristo awabariki sana.

Dk. Maxwell Shimba

YALIYOMO

UTANGULIZI

Historia ya Kuzaliwa Nabii Isa kutokana na Quran:

Nabii Isa alizaliwa na bibi Maryam kimiujiza, kwani alizaliwa bila ya baba kwa amri ya Mola wake ambaye alimtuma malaika Jibrili kumtangazia kupata kwa mtoto mtukufu. Baada ya kuzaliwa, Nabii Isa, alisema utotoni mwake akiwa bado mchanga, ukiwa ni muujiza mwingine kwa watu ili kuwaonyesha kuwa yeye si mtoto wa kawaida, na kuwa mamake hana dhambi ya kuja kwake bila ya baba. Huu ni mfano mmoja katika mifano minne ya uumbaji aliyotuonyesha Mwenyezi Mungu, kwani Mwenyezi Mungu alimuumba Adamu bila ya baba wala mama, na akamuumba Hawa bila ya mama, na akamuumba Isa bila ya baba, na akaumba wanadamu wote waliobakia kutokana na baba na mama.

Habari za kuzaliwa kwake Nabii Isa zinapatikana katika Qurani, Surat "Maryamu" (19) kuanzia aya 16 - 35.

Na mtaje Maryamu katika Kitabu, pale alipojitenga na jamaa zake mahali upande wa mashariki. Na akaweka pazia kujikinga nao. Tukampelekea Roho wetu, akajifananisha kwake sawa na mtu. (Maryamu) akasema: Hakika mimi najikinga kwa Mwingi wa Rehema aniepushe nawe, ukiwa ni mcha Mungu. (Malaika) Akasema: Hakika mimi ni mwenye kutumwa na Mola wako ili nikubashirie tunu ya mwana aliyetakasika. Akasema: Nitampataje mwana hali mwanamume yeyote hajanigusa, wala mimi si kahaba? (Malaika) akasema: Ni kama hivyo! Mola wako Mlezi amesema: Haya ni mepesi kwangu! Na ili tumfanye kuwa ni Ishara kwa watu, na Rehema itokayo kwetu, na hilo ni jambo lililokwishaamuliwa. Basi akachukua mimba yake, na akaondoka nayo mpaka mahali pa mbali. Kisha uchungu ukampeleka kwenye shina la mtende; akasema: Laiti ningelikufa kabla ya haya, na nikawa niliye sahaulika kabisa! Pakatangazwa kutoka chini yake: Usihuzunike! Hakika Mola wako amejaalia chini yako kijito kidogo cha maji! Na litikise kwako hilo shina la mtende, utakuangushia tende nzuri zilizo mbivu. Basi kula, na kunywa, na litue jicho lako. Na pindi ukimwona mtu yeyote basi sema: Hakika mimi nimeweka nadhiri kwa Mwenyezi Mungu ya kufunga; kwa hivyo leo sitasema na mtu. Akenda naye (mwanawe) kwa jamaa zake amembeba. Wakasema: Ewe Maryamu! Hakika umeleta kitu cha ajabu! Ewe dada yake Harun! Baba yako hakuwa mtu muovu, wala mama yako hakuwa kahaba.

Akawaashiria (mtoto). Wakasema: Vipi tumsemeze aliye bado mdogo yumo katika mlezi? (Mtoto) akasema: Hakika mimi ni mtumwa wa Mwenyezi Mungu. Amenipa Kitabu, na amenifanya Nabii. Na amenijaalia ni mwenye kubarikiwa popote pale niwapo. Na ameniusia Sala na Zaka maadamu ni hai, Na nimtendee wema mama yangu. Wala hakunifanya niwe jeuri, mwovu. Na amani iko juu yangu siku niliyo zaliwa, na siku nitakayo kufa, na siku nitakayo fufuliwa kuwa hai. Huyo ndiye Isa mwana wa Maryamu. Ndiyo kauli ya haki ambayo wanaifanyia shaka. Haiwi kwa Mwenyezi Mungu kuwa na mwana, Subhanahu, Yeye ametakasika! Anapolihukumia jambo basi huliambia tu: Kuwa! Likawa.

Ujumbe wa Nabii Isa kutokana na Quran:

Nabii Isa aliletwa kwa wanadamu kufikisha ujumbe kwao wa kuwafahamisha kuwa Mwenyezi Mungu ni Mmoja, hana mwenzake, na kuwa Yeye pekee ndiye mwenye kustahili kuabudiwa kwa haki, na ujumbe huu ndio ujumbe uleule uliotumwa kwa Mitume na Manabii wote kwa wanadamu ili kuwaongoza, naye alikuja kutilia mkazo na kusisitiza jambo hili na kuzipa nguvu tume za Mitume na Manabii waliopita. Kadiri ya sura ya 3 aya ya 50 alisema ni "msadikishaji wa yale yaliyokuwa kabla yangu katika Taurati, na ili niwahalalishieni baadhi ya yale mliyoharimishiwa, na nimewajieni na Ishara kutoka kwa Mola wenu, kwa hiyo mcheni Mwenyezi Mungu na mnitii". Alitabiri kuwa baada yake atakuja Mmoja ambaye atawafundisha wanadamu ukweli wote na kuwaongoza kwenye haki na kuwaeleza kila wanalolihitaji katika maisha yao. Ujumbe wake ulikuwa ni wa mwisho kabla ya ule wa Mtume Muhammad ambao ndio wa mwisho kabisa kwa wanadamu wote.

Kitabu cha Nabii Isa kutokana na Quran:

Mwenyezi Mungu ameleta Mitume na Manabii wengi ulimwenguni, lakini alichagua baadhi yao na kuwateremshia vitabu vya uongozi na sharia na hekima kwa wafuasi wao. Katika vitabu vilivyoteremshwa kwa Manabii mbalimbali ni Taurati kwa Nabii Musa, Zaburi kwa Nabii Daudi, Injili kwa Nabii Isa, na Qurani kwa Nabii Muhammad. Kitabu cha Nabii Isa kiliteremshiwa Wayahudi ambao ndio walengwa wake wa kwanza wa Nabii Isa, kama ilivyothibitishwa na Qurani wakati aliposema:

Enyi Wana wa Israili! Hakika mimi ni Mtume wa Mwenyezi Mungu kwenu, ninayethibitisha yaliyokuwa kabla yangu katika Taurati, na mwenye kubashiria Mtume atakayekuja baada yangu jina lake ni Ahmad! Lakini alipowaletea hoja zilizo wazi, walisema: Huu ni uchawi ulio wazi!

Miujiza ya Nabii Isa kutokana na Quran:

Nabii Isa alipewa na Mwenyezi Mungu miujiza mbalimbali kumsaidia katika kazi yake ya kutangaza dini ya Mwenyezi Mungu, kwani ilikuwa ni kawaida kwa Mtume au Nabii kuonyesha miujiza kwa watu au kaumu yake ili awathibitishie kuwa yeye kweli ni mjumbe aliyeletwa na Mola wa ulimwengu huu. Mitume waliotangulia kabla ya Nabii Isa, kama Nuhu na Ibrahim na Musa na wengineo wote walikuja na miujiza mbalimbali. Baadhi ya miujiza ya Nabii Isa kwa idhini ya Mwenyezi Mungu ni kuumba ndege kutokana na udongo, kuponyesha vipofu wakaweza kuona, na kuwaondoshea ukoma wale wenye ukoma, na kuhuisha mtu aliyekufa, na kuwateremshia wafuasi wake chakula kutoka mbinguni ili iwe ni dalili kwao wote.

Historia ya kuzaliwa kwa Yesu Kristo kutokana na Biblia Takatifu
Luka 1 na 2

Matukio yahusianayo na kuzaliwa kwa Yesu Kristo yameandikwa katika kumbukumbu mbili za Injili. Yanapatikana katika Mathayo 1 na 2 na katika Luka 1 na 2. Luka anatwambia kwamba matukio haya yalitokea katika utawala wa Kaizari Augustus (Luka 2:1-2), ambayo inatuwezesha kuthibitisha kwa usahihi kuwa Yesu alizaliwa mwaka wa nne kabla ya Kristo. Injili ya Luka pia imeweka kumbukumbu ya kuzaliwa kwa Yohana Mbatizaji, na kujitokeza kwake katika taifa, ikiweka jambo hili katika sura ya ki-historiapia (Luka 3:1)

Tunapotafakari matukio haya tunafurahishwa na habari kamili zinazotokana na manabii wanao tabiri makusudi ya Mungu ya kumleta Yesu na kazi ambayo angefanya.

Unabii wa Isaya kuhusu kuzaliwa kwa Yesu

_______________ Isaya ndiye nabii aliyepeleka ujumbe dhahiri kwa nyumba ya Daudi akisema "Tazama bikira atashika mimba na kuzaa mwana ambaye ataitwa Immanueli (maana yake, 'Munguyu nasi')" (Isaya 7:14). Hili lilitimizwa mara Maria, wa ukoo wa Mfalme Daudi alipomzaa mwanawe kifungua mimba Yesu kama alivyotabiriwa katika Mathayo 1:21-23. Pia Isaya alitabiri kazi ya baadaye ya huyu ambaye angezaliwa akisema: "Kwa maana mtoto amezaliwa kwetu, kuna mwana ambaye tumepewa, na ufalme utakuwa begani kwake _______________ kuhusu utawala wake na amani hakutakuwa na mwisho, kwenye kiti cha enzi cha Daudi na juu ya ufalme wake ili kuufanya imara na kuutegemeza kwa njia hakina kwa njia ya uadilifu kuanzia sasa hata milele" Isaya 9:6-7). Kutokana na utabiri huu hatuwezi kushindwa kuelewa kuwa Yesu alizaliwa ili atawale katika kiti cha Daudi wakati ufalme wake utakaposimikwa duniani, milele.

Ujumbe wa Malaika Gabrieli kwa Maria

Malaika Gabrieli alipomtokea Maria, alimwambia kuhusu kazi maalum ambayo Yesu angefanya. Maneno yake yanamtambulisha Yesu kama uzao wa Daudi uliotabiriwa katika 2 Samweli 7:12-16: "Na tazama utashika mimba na kuzaa mtoto wa kiume ambaye utamwita Yesu. Atakuwa mkuu na ataitwa Mwana wa Aliye Juu Zaidi: na Bwana Mungu atampa kiti cha Enzi cha Daudi, baba yake: na atatwala juu ya nyumba ya Yakobo, milele na kuhusu utawala wake hakutakuwa na mwisho (Luka 1:31-33).

Tutafakari maana ya ujumbe wa Malaika Gabrieli kwa Maria

"Utamwita YESU", Neno Yesu katika Kigiriki ni sawa na neno Yoshua linalopatikana katika Agano la Kale ambalo maana yake ni "Yah (Mungu) ataokoa." Kupitia Yesu Mungu alikuwa analeta wokovu kutoka kwenye dhambi na mauti kwa watu wote (Linganisha na Mathayo 1:21)

"ataitwa Mwana wa Aliye Juu Zaidi." Angekuja kuwa "Mwana wa Mungu" aliyeahidiwakwa Daudi katika 2 Samweli 7:14 (linganisha na Waebrania 1:5; Zaburi 2:7.

"Bwana Mungu atampa kiti cha enzi cha Daudi, baba yake." Yesu ni "mzao" au mjukuualiyeahidiwa kwa Daudi ambaye ataanzisha upya kiti cha enzi na ufalme wa Daudi duniani (2 Samweli 7:12-16; linganisha Isaya 9:6-7)

"Kuhusu ufalme wake hakutakuwa na mwisho" ufalme wake hautakuwa na mwisho kwasababu Yesu Kristo ambaye atakuwa mfalme hafi (2 Samweli 7:16, Danieli 2:44, Ufunuo 11:15).

Katika mbiu fupi ya Malaika Gabrieli tunapata maelezo dhahiri ya kazi itakayofanywa na mtoto huyu ambaye alikuwa karibu kuzaliwa:

✓ Angewaokoa binadamu katika dhambi na mauti
✓ Angekuwa Mwana wa Mungu
✓ Angekuwa mwana wa Daudi, na kwa hiyo
  o Angekalia kiti cha enzi cha Daudi
  o Angetawala Waisraeli waliojikusanya upya
  o Angeanzisha ufalme wa Mungu usio na mwisho duniani.

Jibu la Maria kwa mbiu ya Gabrieli lilikuwa la

unyenyekevu na ukunjufu kwamatakwa ya Mungu. Aliuliza: "Hili litakuwaje? Maana simjui mwanaume?

Jibu la Gabrieli likawa; "Roho Mtakatifu atakujia na uwezo wa Aliye Juu Zaidi utakufunika: kwa hiyo hicho kitu kitakatifu kitakachozaliwa na wewe kitaitwa Mwana wa Mungu" Luka 1:34). Kupitia uwezo wa Roho Takatifu ya Mungu mtoto huyu angezaliwa na kuitwa "Mwana wa Mungu" kwa utimizo wa unabii wa Agano la Kale (2 Samweli 7:14, Zaburi 2:7, angalia Matendo 13:32-33, Mwanzo 3:15).

Kuzaliwa Kwake Bethlehemu

Kuzaliwa kwa Yesu Bethlehemu kulikuwa kumetabiriwa na Nabii Micah (Micah 5:1-2) lakini Yusufu na Maria waliishi Nazareti kilometa 110 Kaskazini mwa Bethlehemu. Maria alikuwa amekaribia kujifungua na katika hali ya kawaida ya kibinadamu ilionekana kwamba angejifungulia Nazareti. Walakini tunaona mkono wa Mungu ukifanya kazi miongoni mwa binadamu, kuonyesha makusudi yake (angalia Danieli 4:17), kwa maana wakati huu Kaizari Augustus alitoa amri kwamba dunia nzima ilipe kodi (yaani watu wote waorodheshwe). Hili lililazimu Yusufu na Mariamu wafanye safari ndefu kwenda kwa mji wa babu zao, Bethlehemu kwa madhumuni hayo (Luka 2:1-6) kilichoonekana kama uamuzi wa mbali wa mtawala wa Kipagani, kilikuwa kwa kweli kimeongozwa na mkono wa Mungu katika mashauri ya wanadamu kwa maana Yesu alikuwa azaliwe Bethlehemu (Luka 2:4-7, Mathayo 2:4-6). Pia Micah alitabiri kazi ya baadaye ya Yesu akisema angekuwa "Mtawala Israeli" Hili litatimizwa mpaka atakaporudi kuja kusimika ufalme wa Mungu duniani.

Habari zenye kufurahisha za kuzaliwa kwake.

Tukio hili lililosubiriwa kwa muda mrefu na vizazi na vizazi vya wacha Mungu wa kuume na kike liltangazwa na malaika kwa wachunga kondoo katika nyanda za Bethlehemu. "Msiogope; kwa maana, tazameni, nawaletea habari njema za furaha kuu kwa watu wote. Kwenu leo hii amezaliwa Mwokozi ambaye ni Kristo Bwana katika mjiwa Daudi" (Luka 2:10-11).

Aya ya 10:

"Habari njema" Hii ni tafsiri ya neno lilelile ambalo mahali pengine limeandikwa"Injili".

"Kwa watu wote" Habari njema inayohusiana na Yesu Kristo Bwana si kwa Wayahudi peke yao bali kwa watu wote, Wayahudi na watu wa mataifa sawia. Hizi habari njema ni mbiu ya uwokovu ambao Mungu ametoa kupitia kwake (Marko 16:15-16, Wagalatia 3:26-27)

Aya ya 11:

"Katika mji wa Daudi" Ndiyo kusema Bethlehemu, mji alipozaliwa Daudi (1 Samueli 16:1) Israeli ilitarajia mtawala ajaye atokee katika mji huu (Micah 5:1-2). "Mkombozi" Mwanadamu ni mwenye mauti na dhambi na anahitaji kukombolewa kutoka katika kifo. Kupitia kwa Yesu Kristo Mungu ametupatia msamaha wa dhambi na matumaini ya kuchangia kutokufa na Kristo wakati atakaporudi duniani (2 Timoteo 1:10; 1 Wakorinto 15:21-23, 51-54) kwa hiyo Yesu ni "Ukombozi wa mwanadamu utokao kwa Mungu."

Wanajimu Kutoka Mashariki.

Miongoni mwa wale waliokuwa wamesoma unabii na kutarajia kuzaliwa kwa Kristo wakati huo ni "Wanajimu kutoka sehemu za Mashariki." Mara tu walipofika Yerusalemu walianza kuuliza. "Yuko wapi yule aliyezaliwa akiwa mfalme wa Wayahudi?" (Mathayo 2:2) walielewa kutokana na Manabii kuwa hatima ya mtoto aliyezaliwa ni kuwa Mfalme wa Wayahudi akikalia kiti cha enzi cha Daudi (2 Samweli 7:12-14; Isaya 9:6-7)

Herode aliposikia udadisi wa Wanajimu alifadhaika na kuita Makuhani na Waandishi na "kuwataka wamwambie ni wapi Kristo alipokuwa amezaliwa" (Mathayo 2:4), walijua jibu mara moja kutokana na Nabii Micah wakamjibu: katika Bethlehemu ya Yuda (Micah 5:2; Mathayo 2:5-6).

Kutokana na hili twaona kuwa Wayahudi walifahamu kwamba:

✓ Kristo angezaliwa

✓ Katika Bethlehemu

✓ Na angetawala "watu wangu Israeli."

Yesu Mwana wa Mungu na Mwana wa Binadamu.

Majina haya mawili, "Mwana wa Mungu" na "Mwana wa Binadamu" yanatumika katika kumbukumbu zote za Injili. Yanaonyesha kuwa Mungu alikuwa Baba yake na wakati huo huo akiwa mzao wa Adam alihusiana na mwanadamu ambaye yeye alikuja kuokoa.

Tunaona hizi nasaha mbili zikitangazwa na Gabrieli katika maneno yake kwa Maria. Angekuja kuwa "Mwana wa Aliye Juu Zaidi" yaani wa Mungu na angekalia "kiti cha enzi cha Daudi, baba yake" (Luka 1:32; 2 Samweli 7:12-14; Matendo 2:30).

Paulo asema "Wakati ulipotimia" "Mungu alimtuma mwanaye aliyezaliwa na mwanamke katika sheria" (Wagalatia 4:4) kuhusu mwanae Mungu aliweza kusema "Wewe ni mwanangu, leo hii nimekuzaa" (Zaburi 2:7, Waebrania 1:5; 5:5)

Ingawa kuzaliwa kwa Yesu kulibashiriwa muda mrefu na manabii kuwepo kwake kulianza mara Mungu kupitia Roho Yake Takatifu aliposababisha Mariamu kubeba mimba, miaka 2000 iliyopita (Luka 1:35)

Nabii Isaya anataja kuzaliwa kwa Yesu Kristo Bwana kwa jinsi hii: "Na yeye (Mungu) aliona kuwa hapakuwa na yeyote, na kuwaza kwamba hapakuwa na mtetezi: kwa hiyo mkono wake ukaleta uwokovu kwake" (Isaya 59:16).

Mungu kwa kuona hali ya dhambi za binadamu na kwa kujua kwamba hapakuwa na yeyote ambaye angeonyesha utii mkamilifu au kumwokoa mwanadamu katika utumwa wa dhambi na mauti, alichukua hatua ya kumpata mtu ambaye kwa kupitia kwake angeleta uokovu. Alimtia nguvu huyo aliyezaliwa na mwanadamu ili ashinde dhambi namauti na hiyo kufungua njia ya wokovu na uhai kwake mwenyewe na wengine wote ambao wangekuja kwa mungu kupitia kwake, " kazi ya mwana wa Adamu imeainishwa katika Waebrania 2:6-18.

Ulazima wa Mungu kujihusisha na wokovu wa mwanadamu kutoka katika dhambi ulitabiriwa tangu mwanzo, Aliposema "uzao wa mwanamke" ungekiponda kichwa cha "Nyoka" kuonyesha kwamba Mungu angemfunika mwanamke kwa kivuli chake ili azae mwana ambaye angevunja nguvu ya dhambi ya Nyoka. Mwanzo 3:15; Waebrania 2:14, Wagalatia 4:4)

Uhusianao wa Yesu na Baba yake.

Yesu, kwa uangalifu aliueleza uhusiano wake na Baba yake, kila mara akitambua udogo wake kwake katika kila jambo, Yesu alisema: "Baba yangu ni mkuu kuliko mimi" "Yohana 14:28 linganisha na Yohana 5:19, 30). Uhusiano huu wa Baba na Mwana ulionyesha umoja au mwafaka katika makusudio yao (Yohana 10:30) Alikuja kutekeleza matakwa ya Baba yake. Yohana 5:30; Waebrania 10:7) na kwa njia ya kupendeza alionyesha tabia ya Baba (Yohana 14:9)

Uhusiano huu mkuu ulieleweka wazi na kwanza kabisa

kuandikwa akiwa na umri wa miaka 12: "Hamjui kwamba ni lazima niwe katika nyumba ya Baba yangu?" Alitambua kuwa Baba yake alikuwa amemleta kwa ajili ya kazi maalum na alikuwa amedhamiria kuifanya. Maisha yake yalikuwa ya kujitoa na utii kwa Baba yake, yakuishia katika mateso na kifo msalabani ambapo watu wangekombolewa katika dhambi na mauti.

Katika uhai wake wote aliweza kusema "Chakula changu ni mimi kufanya mapenzi yake aliyenituma na kumaliza (Yohana 4:34) Na hivyo katika zile saa za mateso kuelekea kutundikwa kwake msalabani aliomba apate nguvu katika bustani ya Gelsemane kwa maneno haya: Baba kama inawezekana, naomba kikombe hiki kinipite; hata hivyo sikulingana na mapenzi yangu lakini kulingana na mapenzi yako. "(Mathayo 26:39) mapenzi ya Baba yake yalikuwa na nguvu zaidi na ilibidi yatimizwe. Mateso yake ya kutisha msalabani yalipokwisha alipaza sauti kwa kuridhika na afueni: "Imekwisha

"akainamisha kichwa na kukata roho akijua kuwa kazi yake ilikuwa imekamilishwa (Yohana 19:30) Aliweza kusema "Nimemaliza kazi uliyonipa kufanya" (Yohana 17:4).

Tunapotafakari mapenzi na utii ambao mwana alimfanyia Baba yake wakati wote tunaweza kuelewa kwa nini Mungu alibainisha mara mbili: "Huyu ni mwanangu nimpendaye nipendezwaye naye" (Mathayo 3:17, 17:5)

Kwa heshima, tuelewe kwamba, Yesu, japo mwanaume aliyezaliwa na hulka ya kibinadamu alikuwa pia Mwana wa Mungu, ambaye kwa kushinda dhambi na mauti alifufuliwa katika wafu na kupazwa mbinguni na kukalishwa upande wa kulia wa Baba yake.

Yesu – Neno lililogeuzwa kuwa Mtu

Mungu alimtangazia Musa na wana wa Israeli "Nitawainulia nabii kutoka katikati ya ndugu zao kama wewe; nami nitaweka maneno yangu katika kinywa chake, naye atawaambia maneno yote nitakayomwamuru na itatukia kwamba mtu ambaye hatasikiliza maneno yangu ambayo atayasema kwa jina langu mimi mwenyewe nitamtaka ajibu" (Kumbukumbu 18:18 – 19, Hapa Mungu anatueleza mapema jinsi atakavyo ingilia kati masuala ya duniani na kumuinua mwana ambaye atamwagiza kunena maneno yake kwa taifa. Kwa kuwa aya hizi zimo katika mfumo wa wakati ujao Yesu, japo alikuwa katika mpango wa Mungu, hakuwepo wakati huo. Kwa kuwa Mungu alimuamuru mwanae kuweka maneno kinywani mwake, Yesu, pia aliitwa "Neno lililofanywa Mtu.

Tunasoma: "Neno lilifanywa Mtu na kuishi miongoni mwetu (na tuliona utukufu wake, utukufu kama wa mwana wa pekee wa Baba) uliojaa neema na ukweli" Yohana 1:14). Neno la Mungu halikuwa jambo la kinadharia tu bali lilokuwa na mwongozo wa kimaadili kwake ili kwamba alionyesha tabia halisi ya Baba yake akiwa amejaa neema na kweli.

Hivyo Yesu aliweza kumwambia Filipo; "yule aliyeniona mimi amemwona Baba na wewe utasemaje tuonyeshe Baba yako?" Yohana 14:9) Yesu hasemi kuwa yeye ndiye Baba, anachosema ni "Ninafanya kile Mungu alichotaka nifanye na nina sema kile ambacho Mungu amenitaka niseme kama umeniangalia utakuwa umeona kuwa ninewaonyesha tabia ya Baba yangu kwa sababau mimi ni Mwanawe na siku zote ninatekeleza mapenzi yake" kabla ya kusulubiwa alimwomba Baba yake akisema "Nimelitambulisha jina lako kwa watu ulionipa duniani" (Yohana 17:6)

Kila mara Yesu alikiri kuwa maneno aliyo kuwa akisema hayakuwa yake mwenyewe bali aliyofundishwa na Mungu: Sijajisemea Mwenyewe; bali Baba aliyenitumia akinipa amri, ninachotakiwa kusema na ninachopaswa kunena. Na ninajua kuwa amri yake ni uzima wa milele. Chochote ninachosema kwa hiyo ni kile Baba alichoniambia kwa hiyo ninasema (Yohana 12:49-50, 7:17, 8:28). Yesu alisisitiza siku zote kuwa alikuwa Mwana wa Mungu na mdogo kwa Baba yake.

Alisisitiza hivi: "Baba yangu ni Mkuu zaidi kuliko mimi" (Yohana 14:28) Wayahudi waliposema Yesu "anajifanya kuwa hawezi kufanya lolote peke yake," na tena "Mimi peke yangu siwezi kufanya chochote" Yohana 5:18 – 19, 30)

Uhusiano huu mzuri kati ya Mungu na Mwanae ni wa msingi kueleweka kama tunataka kuamini ukweli. Yesu alisema "Huu ni uzima wa milele kwamba waweze kukujua wewe Mungu pekee wa kweli na Yesu Kristo uliyemtuma (Yohana 17:3)

Yohana 17: 3 Nao uzima wa milele ndio huu, wakujue Wewe uliye Mungu wa pekee, wa kweli na Yesu Kristo uliyemtuma. 4 Nimekutukuza Wewe duniani kwa kuitimizaile kazi uliyonipa niifanye. 5 Hivyo sasa, Baba, unitukuze mbele Zako kwa ule utukufu niliokuwa nao pamoja na Wewe kabla ulimwengu haujakuwako.

Yesu katika aya ya 5 [Hivyo sasa, Baba, unitukuze mbele Zako kwa ule utukufu niliokuwa nao pamoja na Wewe kabla ulimwengu haujakuwako] ==> YESU anasema kuwa

Yeye aliishi kabla ya Ulimwengu kuwepo! Hapo panaanza kukupa mwanga halisi, wa nini Yesu alikuwa anasema na Yesu ni nani na uhusiano na Baba yake ni upi. Imani zote zinakiri kuwa aliye kuwepo kabla ya vitu vyote ni Mungu. Lakini katika aya ya 5, Yesu nae anadai kuwepo kabla ya uumbaji.

Yesu anaendelea kusema katika aya hiyo hiyo kuwa, yeye alikuwa na adhama (Sifa za kipekee za Mungu) ya Mungu - "UTUKUFU". Yesu anamwambia Mungu Baba kuwa, AMTUKUZE YESU KWA UTUKUFU ALIOKUWA NAO KABLA YA ULIMWENGU HAUJAKUWAKO. Sasa, kama Yesu sio Mungu, na alikuwa Binadamu wa kawaida, kwanini basi amwambie BABA YAKE AMTUKUZE? Yesu anatumia mamlaka gani hayo kudai Utukufu ambao sio wake bali ni wa Mungu pekee?

YESU KRISTO KAMA KIINI:

Thiolojia ya ushirika wa nafsi tatu za Uungu kimsingi inamtazama Yesu Kristo kama kiini – kama inavyoelezwa na mwana thiologia anaye sifika kama mwalimu wa Thiolojia ya ushirika wa nafsi tatu za Uungu katika karne ya ishirini Thomas F. Torrance, Yesu Kristo anadhihirika kama neno la Mungu kwa mwanadamu na vile vile anadhihirika kama neno la mwanadamu kwa Mungu. Kwa sababu hii, hata maandiko matakatifu yako chini ya utawala wake.

Yesu Kristo kwa wakati mmoja alieleza kuwa yeye ndiye mwanzo wa kuyaelewa maandiko. Aliwaambia viongozi wa kidini wakati huo "Mwayachunguza maandiko, kwa sababu mnadhani kwamba ninyi mna uzima wa milele ndani yake; na hayo ndiyo yanayonishuhudia. Wala hamtaki kuja kwangu mpate kuwa na uzima". (Yohana 5:39- 40).

Tunapenda kuisoma na kuitafsiri Biblia kwa mtazamo wa Yesu Kristo. Ndiye msingi na njia ya kweli ya thiolojia inayofaa. Kwa kuwa yeye pekee ndiye mwanzo na mwisho wa ufunuo wa wazi wa Mungu kwetu wanadamu.

KIINI CHA UHUSIANO:

Kwa kuwa Yesu Kristo ndiye kiini, basi thiolojia ya ushirika wa nafsi tatu za Uungu msingi wake ni katika uhusiano.

Yesu Kristo ambaye ndiye Mwana wa pekee wa Mungu Baba, ameunganika na nafsi zetu na kutokana na muungano huu akafanyika kafara na ondoleo la dhambi zetu, kwa hali hiyo anatuwakilisha kama ndugu na dada kwa Mungu Baba. (Yohana 1: 14; Waefeso 1:9-10; 20-23).

Kwa sababu ya Kristo, tunao uhusiano na Mungu! Roho Mtakatifu anaishi ndani yetu. Sisi tumefanywa wana wa Mungu na vile vile tuko ndani ya Kristo, ambaye ni kipenzi chake Mungu Baba.

Kwa muhtasari uhusiano huu kwa wanaomwamini Kristo unamaanisha mambo manne kwa maisha na imani yao:

1. Uhusiano wa kiundani, wa milele na wa upendo wanaoshirikisha' Baba, Mwana, na Roho Mtakatifu.

2. Uhusiano wa unganiko na wa milele wanaoshirikisha Mwana na wanadamu ndani ya Yesu Kristo aliyebadilishwa na kuchukua mwili wa binadamu.

3. Uhusiano wa wanadamu na Mwenyezi Mungu kupitia kwa Mwana na kwa Roho Mtakatifu.

4. Uhusiano wa wanadamu na wenzano kama watoto wa Mungu waliokombolewa kwa damu ya Yesu Kristo.

Maisha ya Yesu ya awali

Kumbukumbu za injili za twambia machache sana kuhusu maisha ya Yesu kwanzia alipozaliwa hadi alipofikisha umri wa miaka 30, wakati alipotambulishwa katika taifa lake kwenye ubatizo wake na Yohana Mbatizaji (Luka 3:23)

Tukio peke yake lililoandikwa ni pale alipoandamana na Yusuf na Mariamu kwenda Yerusalemu kwenye sikukuu ya Pasaka alipokuwa na umri wa miaka 12, hapa tunasoma:"Yesu aliongezeka katika hekima na urefu na katika kupendwa na Mungu pamoja na wanadamu" (Luka 2:41 – 52)

MUHTASARI

- Kuzaliwa kwa Kristo kulikuwa kumetabiriwa na Nabii Isaya (Isaya 7:14; 9:6–7).

- Neno "Yesu" maana yake ni "Mungu (Yah) ataokoa". Ni Mungu ndiye aliyemtoa Mwanae kwa wokovu wa Wanadamu katika dhambi na mauti (Mathayo 1:21, linganisha na Isaya 45:21 – 22).

- Malaika Gabrieli alimtokea Maria na kumwambia kuwa angezaa mwana wa Mungu ambaye pia Mwana wa Daudi (Luka 1:31 – 33; 2 Samweli 7:12 – 14).

- Yesu alizaliwa akiwa yule aliyeahidiwa kukaa kwenye kiti cha Daudi, Yerusalemu mara kitakaporudishwa na atatawala milele (Luka 1:31 – 33, 2 Samweli 7:12 – 16).

- Bethlehemu ni mji ule ambapo Yesu angezaliwa (Micah 5:2, linganisha na Mathayo 2:4 – 6, Luka 2:4 – 11)

- Tabia ya Mungu ilidhihirishwa katika maisha ya Mwanae (Yohana 14:9,17:6) kwa kuwa siku zote alinena maneno ya Mungu aliitwa Neno lililofanywa mtu Yohana 1:14, Kumbukumbu 18:18 – 19; Yohana 12:49 – 50; 7:17; 8:28)

MASWALI:

1. Jina "Yesu" lina maana gani?
2. Maneno ya Malaika Gabrieli yalibashiri nini kuhusu kazi ya Yesu Kristo?
3. Maneno haya yatatimizwa lini?
4. Yesu alizaliwa katika mji gani wa Israeli?
5. Kwa nini Yesu anaitwa Mwana wa Binadamu?
6. Mungu alimsema Yesu "Nitakuwa Baba yake nae atakuwa Mwanangu" (2 Samweli 7:12 – 14 na Waebrania 1:5) Je, Yesu alikuwepo kabla ya kuzaliwa na Mariamu huko Bethlehemu?
7. Je, Yesu alidhihirishaje Jina la Mungu katika maisha yake?
8. Yesu hakudai kuwa sawa na Mungu katika maisha yake.

SOMO LA KWANZA

Tofauti ya kwanza ya kuzaliwa kwa Bwana Yesu na Isa Bin Mariam

Taarifa za Malaika kabla ya kuzaliwa kwao, kadiri ya Quran na Biblia.

Jibrili alivyomtokea Mama wa Isa == Gabrieli alivyomtokea Mama wa Yesu

1.WAISLAM-JIBRIL Alienda kwa Mariamu aliyekuwa Msikitini Quran 19:16-17

2. WAKRISTO-GABRIEL Alienda kwa Maria aliyekuwa nyumbani kwake - Luka 1:26-28

1. WAISLAM-Mariamu Mama wa Isa haijulikani aliishi kijiji kipi wala mji gani wala hata nchi haijulikani. Isitoshe Quran inasema kuwa Jibril ndiye aliyemletea utume Muhammad asiwapelekee Mayahudi (hana kosa) Sura 2:97

2. WAKRISTO-Lakini Maria Mama yake Yesu alitokewa na Malaika Gabriel akiwa katika kijiji cha Nazareti mji wa Galilaya nchi ya Israeli (Luka 1:26). Maria Mama wa Yesu ni Myahudi.

1. WAISLAM-Jibrili hakutoa salamu kwa Mariamu mama wa Isa ila alijimithilisha kwa umbo la binadamu aliye kamili - Sura 19-17

2. WAKRISTO-Malaika Gabrieli alimsalimia Maria Mama wa Yesu – Luka 1:28

1. WAISLAM-Jibril alimwambia Mariamu kwamba mimi ni mjumbe wa mola wako ili nikupe mwana mtakatifu - Sura 19-19

2. WAKRISTO-Lakini malaika Gabrieli alimwambia mama wa Yesu kuwa utachukua mimba – Luka 1: 31

1.WAISLAM-Jibrili alisema kwa Mariamu kuwa ili tumfanye mtoto muujiza kwa wanadamu – Sura 19: 21. Isitoshe Jibrili hakutaja jina la mwana kwa Mariamu. Bali alisema ili nikupe Mwana Mtakatifu.

2. WAKRISTO-Malaika Gabrieli alisema kwa Maria mama ya Yesu kuwa mtoto jina lake utamwita Yesu (Luka 1:31; 2:21) Gabrieli hakusema kuwa atampa mwana Maria. Bali alisema, Roho Mtakatifu atakujilia juu yako, yaani motto atazaliwa kwa uwezo wa Mungu.

Tofauti ya pili ya kuzaliwa kwa Bwana Yesu na Isa Bin Maryam
1. WAISLAM-Isa alizaliwa katika shina la Mtende – Quran 19:23

2. WAKRISTO-Yesu kazaliwa katika hori la kulishia Ng'ombe. Luka 2:7

1. WAISLAM-Kuzaliwa kwa Isa haijulikani mimba ya mama yake ilichukua muda gani maana malaika Jibrili alisema nikupe Mwana Mtakatifu mara akachukua mimba na kuzaa. (19: 22-23)

2. WAKRISTO-Lakini Maria Mama wa Yesu siku zake za kuzaa zilitimia. (Luka 2:6-7)

1. WAISLAM-Quran haionyeshi kama Isa alitabiriwa na manabii kuwa atazaliwa

2. WAKRISTO-Lakini Biblia inatuthibitishia kuwa Manabii walitabiri kuzaliwa kwa Yesu, (Isaya 7: 14; 9:6) utabiri huu ulitolewa na Nabii Isaya miaka 750 kabla ya Yesu kuja kuzaliwa nao ulitimia (Mathayo 1:18-23)

1. WAISLAM-Isa haijulikani alizaliwa katika kijiji gani wala mji, wala nchi aliyozaliwa Quran haikueleza.

2. WAKRISTO-Biblia inatujulisha kuwa Yesu alizaliwa Bethelehemu ya Uyahudi katika Mji wa Daudi umbali wa maili 5 toka kusini mwa Yerusalemu nchi ya Israeli (Luka 2:8-16). Kuzaliwa kwake mahali hapo pia ni kutimiza unabii uliotolewa na nabii Mika miaka 750-686 kabla ya Kristo kuja wakati wa wafalme hawa wakitawala – Jotham, Ahaz na Hezekia wafalme wa Yuda. Yesu mwenyewe alizaliwa kama mwaka wa 4 wakati wa Mfalme Herode.

1. WAISLAM-Isa aliongea na watu akiwa mtoto mchanga, na kusema kuwa yeye ni mja wa Mungu amepewa kitabu na amefanywa Nabii (Sura 19:30-33)

2. WAKRISTO-Yesu hakuongea na mtu akiwa mtoto mchanga. Alianza kuwauliza maswali na kutoa majibu akiwa na wazee Hekaluni akiwa na miaka 12. (Luka 2: 42-49)

Hivyo tunaona kwamba tuna tofauti nyingi tu kati ya Bwana Yesu na Isa. Swali kwako mfuatiliaji je, Isa bin Mariamu ndiye Bwana Yesu Mwokozi? Tafakari.

Taarifa za Malaika kabla ya kuzaliwa kwao, kadiri ya Qurani na Biblia

Jibrili alivyomtokea Mama wa Isa	Gabrieli alivyomtokea Mama wa Yesu
Alienda kwa Mariamu aliyekuwa msikitini *Qurani 19:16-17 Saratul Mariam*	Alienda kwa Maria aliyekuwa Nyumbani kwake. *Luka 1:26-28*
Mariamu Mama wa Isa haijulikani aliishi kijiji gani wala mji gani wala hata nchi haijulikani. Isitoshe Quran inasema kuwa Jibrili ndiye aliyemleta utume Muhammed asiwapelekee Mayahudi (hana kosa), *Soma Qurani 2:97 Suratul Al-Baqarah*	Lakini Maria Mama yake Yesu alitokewa na malaika Gabrieli akiwa katika kijiji cha Nazareti mji wa Galilaya nchi ya Israel *Luka 1:26* Mariamu Mama wa Yesu ni Myahudi.
Jibrili hakutoa salamu kwa Mariamu Mama wa Isa ila alijimithilisha kwa umbo la binadamu aliye kamili *Qurani 19:7 Suratul Mariam*	Malaika Gabrieli alimsalimia Maria Mama wa Yesu *Luka 1:28.*
Jibrili alimwambia Mariamu kwamba mimi ni mjumbe wa mola wako ili nikupe Mwana Mtakatifu *Qurani 19:19 Suratul Mariam* Jibrili alisema kwa Mariamu kuwa ili tumfanye mtoto muujiza kwa wanadamu *QuranI 19:21 Suratul Mariam.* Isitoshe Jibrili hakutaja jina la Mwana kwa Mariamu. Bali alisema ili nikupe Mwana Mtakatifu.	Lakini malaika Gabrieli alimwambia Mama wa Yesu kuwa utachukua mimba *Luka 1:31* Malaika Gabrieli alisema kwa Maria Mama wa Yesu kuwa mtoto jina lake utamwita Yesu *Luka 1:31, 2:21* Gabrieli hakusema kuwa atampa Mwana Maria. Bali alisema Roho Mtakatifu atakujilia juu yako, yaani mtoto atazaliwa kwa uwezo wa Mungu.

Tofauti ya kuzaliwa kwa Isa na Yesu ni hii

Isa bin Mariam	Yesu Kristo
Isa alizaliwa katika shina la mtende *Quran 19:23 Suratul Mariam.*	Yesu kazaliwa katika hori la kulishia *Ng'ombe Luka 2:7*
Kuzaliwa kwa Isa haijulikani kama mimba ya mama yake ilichua muda gani maana malaika Jibrili alisema nikupe mwana mtakatifu mara akachukua mimba na kuzaa *Qurani 19:22-23 Suratul Mariam.*	Lakini Maria Mama wa Yesu siku zake za kuzaa zilitimia *Luka 2:6-7*
Qurani haionyeshi kama Isa alitabiriwa na manabii kuwa atazaliwa	Lakini Biblia inatuthibitishia kuwa manabii walitabili kuzaliwa kwa Yesu, *Isaya 7:14, 9:6* utabili huu ulitolewa na Nabii Isaya *miaka 750* kabla ya Yesu kuja kuzaliwa nao ulitimia *Mathayo 1:18-23*
Isa haijulikani alizaliwa katika kijiji gani wala mji, wala nchi aliyozaliwa Qurani haikueleza.	Biblia inatujulisha kuwa Yesu alizaliwa Bethelehemu ya Uyahudi katika Mji wa Daudi umbali wa *maili 5* toka kusini mwa Yerusalemu nchi ya israel *Tazama Luka 2:8-16.* Kuzaliwa kwake mahali hapo pia ni kutimiza unabii uliotowe na *Nabii Mika miaka 750-686* kabla ya kristo kuja wakati wa wafalme – hawa wakitawala – Jotham, Ahaz na Hezekia wafalme wa Yuda. Yesu mwenyewe alizaliwa kama *mwaka wa 4* wakati wa Mfalme Herode Mkuu akitawala Yuda tangu
Isa aliongea na watu akiwa mtoto mchanga, na kusema kuwa yeye ni mja wa Mungu amepewa kitabu na amefanywa Nabii *Qurani 19:30-33 Suratul Mariam.*	Yesu hakuongea na mtu akiwa mtoto mchanga. Alianza kuwauliza maswali na kutoa majibu akiwa na wazee Hekaluni akiwa na miaka 12 *Luka 2:42-49.*

Hivyo tunaona kwamba kuna tofauti nyingi tu kati ya Bwana Yesu na Isa. Swali kwako mfuatiliaji je, Isa bin Mariamu ndiye Bwana Yesu Mwokozi? Tafakari.

SOMO LA PILI

Asili ya Yesu Kristo na Isa Bin Mariam ni tofauti

ASILI YA YESU	ASILI YA ISA
Yesu hakuumbwa bali alikuwepo milele yote:	**Isa Bin Mariam aliumbwa:**
Yohana 1:1,14,	Quran. 3 au Surat Imran 59
"Hapo mwanzo kulikuwako Neno, naye Neno alikuwako kwa Mungu naye Neno alikuwa Mungu …….. Naye Neno alifanyika mwili akakaa kwetu……."	"Bila shaka hali ya Isa kwa Mwenyezi Mungu ni kama hali ya Adam; alimwumba kwa udongo kisha akamwambia: "Kuwa"; basi akawa" إِنَّ مَثَلَ عِيسَىٰ عِندَ ٱللَّهِ كَمَثَلِ ءَادَمَ ۖ خَلَقَهُۥ مِن تُرَابٍ ثُمَّ قَالَ لَهُۥ كُن فَيَكُونُ
Mika 5:2	*Inna masala 'Eesaa 'indal laahi kamasali Aadama khalaqahoo min turaabin summa qaala lahoo kun fayakoon*
"Bali wewe, Bethlehem Efrata, uliye mdogo kuwa miongoni mwa elfu za Yuda; kutoka kwako wewe atanitokea mmoja atakayekuwa mtawala katika Israel; ambaye matokeo yake yamekuwa tangu zamani za kale, tangu milele"	
Yohana: 8:58 "Yesu akawaambia, Amin, amin, nawaambia, Yeye Ibrahim asijakuwako, mimi niko".	

Isa Bin Maryam aliumbwa

Quran. 3 au Surat Imran 59

"Bila shaka hali ya Isa kwa Mwenyezi Mungu ni kama hali ya Adam; alimwumba kwa udongo kisha akamwambia: "Kuwa"; basi akawa"

إِنَّ مَثَلَ عِيسَىٰ عِندَ ٱللَّهِ كَمَثَلِ ءَادَمَ ۖ خَلَقَهُۥ مِن تُرَابٍ ثُمَّ قَالَ لَهُۥ كُن فَيَكُونُ

Inna masala 'Eesaa 'indal laahi kamasali Aadama khalaqahoo min turaabin summa qaala lahoo kun fayakoon

Quran inadai kuwa Isa Bin Mariam aliumbwa kwa udongo, na kisha Allah akasema kuwa, na Isa bin Mariam akawa.

Yesu hakuumbwa bali alikuwepo milele yote:

Yohana 1:1,14,

"Hapo mwanzo kulikuwako Neno, naye Neno alikuwako kwa Mungu naye Neno alikuwa Mungu …….. Naye Neno alifanyika mwili akakaa kwetu……."

Mika 5:2

"Bali wewe, Bethlehem Efrata, uliye mdogo kuwa miongoni mwa elfu za Yuda; kutoka kwako wewe atanitokea mmoja atakayekuwa mtawala katika Israel; ambaye matokeo yake yamekuwa tangu zamani za kale, tangu milele"

Yohana: 8:58 "Yesu akawaambia, Amin, amin, nawaambia, Yeye Ibrahim asijakuwako, mimi niko".

Zaidi ya hayo Biblia inatujulisha kuwa yeye ndiye Muumbaji mwenyewe

Yohana 1:3 "Vyote vilifanyika kwa huyo; wala pasipo yeye hakikufanyika chochote kilichofanyika"

Wakolosai 1:16-17

"Kwa kuwa katika yeye vitu vyote viliumbwa, vilivyo mbinguni na vilivyo juu ya nchi, vinavyoonekana na visivyoonekana; ikiwa ni vitu vya enzi, au usultani, au enzi, au mamlaka; vitu vyote viliumbwa kwa njia yake na kwa ajili yake"

Baada ya kuishi na kufa kwa Isa bin Mariam wa Waislamu, inadaiwa na Uislam kama hajawahi kumtokea kimaono yeyote yule!

Baada ya kwenda Mbinguni, Yesu Kristo aliwatokea wengi na hasa Sauli kabla awe Paulo.

Matendo 9:4

"Akaanguka chini, akasikia sauti ikimwambia, Saul, Saul, mbona waniudhi? Akasema, U nani wewe, Bwana? Naye akasema, Mimi ndimi Yesu unayeniudhi wewe"

Isa bin Maryam alitabiri kwamba baada yake atakuja Nabii Muhammad

Quran 61 au Surat As-Saff 6	
"Na (wakumbushe) aliposema (Nabii) Isa bin Maryamu (kuwaambia mayahudi) enyi wana wa Israili! Mimi ni mtume wa Mwenyezi Mungu kwenu. Nisadikishaye yaliyo kuwa kabla yangu katika Taurati. Na kutoa habari njema ya mtume atakayewajia nyuma yangu ambaye jina lake litakuwa Ahmad (Muhammad). Na maana ya majina mawili yote haya ni moja. Maana yake Mwenye kushukuriwa kwa maneno yake mazuri na vitendo vyake vizuri na kila chake kwani vyake vyote ni vizuri). Lakini alipowajia kwa hoja zilizowazi walisema: "Huu ni udanganyifu uliyo dhahiri".	يَٰبَنِىٓ إِسْرَٰٓءِيلَ إِنِّى رَسُولُ ٱللَّهِ إِلَيْكُم قَالَ عِيسَى ٱبْنُ مَرْيَمَ وَإِذْ قَالَ مُصَدِّقًا لِّمَا بَيْنَ يَدَىَّ مِنَ ٱلتَّوْرَىٰةِ وَمُبَشِّرًا بِرَسُولٍ يَأْتِى مِنۢ بَعْدِى ٱسْمُهُۥٓ أَحْمَدُ فَلَمَّا جَآءَهُم بِٱلْبَيِّنَٰتِ قَالُوا۟ هَٰذَا سِحْرٌ مُّبِينٌ Wa iz qaala 'Eesab-nu-Maryama yaa Banee Israaa'eela innee Rasoolul laahi ilaikum musaddiqal limaa baina yadayya minat Tawraati wa mubashshiram bi Rasooliny yaatee mim ba'dis muhoo Ahmad; falammaa jaaa'ahum bil baiyinaati qaaloo haazaa sihrum mubeen

Yesu Kristo aliahidi msaidizi akamtuma Roho Mtakatifu siku ya Pentekoste

Yohana 14:26

"Lakini huyo Msaidizi, huyo Roho Mtakatifu, ambaye Baba atampeleka kwa jina langu, atawafundisha yote na kuwakumbusha yote niliyowaambia"

Katika Kiyunani anaitwa "Paracletos" yaani msaidizi au mfariji

Yohana 15:26

"Lakini ajapo huyo Msaidizi, nitakayewapelekea kutoka kwa Baba, huyo Roho wa kweli atokaye kwa Baba, yeye atanishuhudia"

Yohana 16:7

"Lakini mimi ninawaambia iliyo kweli; yawafaa nyinyi mimi niondoke, kwa maana mimi nisipoondoka huyo Msaidizi hatakuja kwenu; bali mimi nikienda zangu nitampeleka kwenu".

Umesoma mwenyewe kuwa Isa Bin Mariam yeye aliumbwa kwa udongo, lakini Yesu yeye alikuwepo milele yote.

Mara kwa mara, unaweza kuwasikia Waislamu wakisema kuwa Isa a.s. kama anavyotajwa ndani ya Qur'an Tukufu, ndiye Yesu Kristo wa Nazareti, kama

anavyotajwa ndani ya Biblia Takatifu.

Wanafanya hivyo kwa kulinganisha baadhi ya aya zilizomo ndani ya Biblia Takatifu, na zile zilizomo ndani ya Qur'an. Kwa mfano, wanasema kwa mujibu wa Biblia mama yake Yesu Kristo anaitwa Maria. Wanasoma katika Injili ya Marko 6:3-4 "Huyu si yule seremala, mwana wa Maria, na ndugu yao Yakobo, na Yose na Yuda na Simoni? Na maumbu yake hawapo hapa petu? Wakajikwaa kwake".

Wanafananisha aya hiyo na ile iliyomo ndani ya Qur'an katika Suratul Al-Maidah, 5:75 "Masih bin Mariam si chochote ila ni mtume tu……",

Suratul Al-Maidah, 5:75	
Masihi mwana wa Maryam si chochote ila ni Mtume. *Wamekwisha pita Mitume kabla yake. Na mama yake ni mwanamke mkweli. Wote wawili walikuwa wakila chakula. Angalia jinsi tunavyo wabainishia Aya, kisha angalia vipi wanavyo geuzwa.*	مَّا ٱلْمَسِيحُ ٱبْنُ مَرْيَمَ إِلَّا رَسُولٌ قَدْ خَلَتْ مِن قَبْلِهِ ٱلرُّسُلُ وَأُمُّهُ صِدِّيقَةٌ ۖ كَانَا يَأْكُلَانِ ٱلطَّعَامَ ۗ ٱنظُرْ كَيْفَ نُبَيِّنُ لَهُمُ ٱلْءَايَٰتِ ثُمَّ ٱنظُرْ أَنَّىٰ يُؤْفَكُونَ Mal Maseehub nu Maryama illaa Rasoolun qad khalat min qablihir Rusulu wa ummuhoo siddeeqatun kaanaa yaa kulaanit ta'aam; unzur kaifa nubaiyinu lahumul Aayaati summan zur annaa yu'fakoon

Hoja nyingine wanayoitumia ni kusema kwamba eti jina Isa ni katika lugha ya Kiarabu. Jambo hilo siyo kweli. Kwa sababu katika lugha ya Kiarabu, Yesu anaitwa Yasu'a siyo Isa. Na ikumbukwe kuwa Biblia ndicho kitabu kilichotangulia kuwepo duniani miaka ipatayo 1500 kabla ya Qur'an.

Hoja yetu kwa Waislamu ni hii nani aliyebadilisha jina Yasu'a kuwa Isa? Jina Yasu'a linashabihiana zaidi na Jina Yehoshua ambalo hilo ni katika lugha ya Kiebrania, na katika Kiyunani lugha iliyotumika kuandika Agano Jipya anaitwa Iesous (tamka Yesu) tafsiri ya maneno hayo kwa lugha ya Kiswahili ni Mwokozi.

Tunasoma hayo katika Mathayo 1:21-23 "Naye atazaa mwana, nawe utamwita jina lake Yesu, maana yeye ndiye atakaye waokoa watu wake na dhambi zao. Hayo yote yamekuwa ili litimie neno lililonenwa na Bwana kwa ujumbe wa Nabii akisema Tazama, bikira atachukua mimba, Naye atazaa mwana; Nao watamwita jina lake Imanueli; Yaani, Mungu pamoja nasi."

Hoja yetu Je Isa a.s naye ni Mwokozi na Imanueli kama alivyo Yesu Kristo?

SOMO LA TATU

Je, Mama wa Yesu ni yule yule wa Isa?

Tafsiri halisi ya jina la Maria kwa Kiarabu

Kiarabu ni Mari = ماري
Kiislamu na Quran ni Maryam = مَرْيَم

Kiingereza ni Mary
Kiswahili ni Maria

Jambo jingine tunalopaswa kulizingatia tunapoangalia tofauti zao ni kuhusu mama zao. Mama yake Yesu Kristo ni Maria anayetoka katika ukoo wa Yuda. Tunasoma hayo katika kitabu cha Mwanzo 49:10 "Fimbo ya enzi haitaondoka katika Yuda, Wala mfanya sheria kati ya miguu yake, Hata atakapokuja Yeye, mwenye milki, ambaye mataifa watamtii".

Unabii huu umetimia kwa Yesu Kristo. Tunasoma hayo katika Waebrania 7:14 "Maana ni dhahiri kwamba Bwana wetu alitoka katika Yuda, kabila ambayo Musa hakunena neno lolote juu yake katika mambo ya ukuhani"

Lakini tusomapo habari za Isa, yeye mama yake anatoka ukoo wa Imrani. Ambaye ni baba yao Haruni, Miriamu na Musa.

Tunayasoma hayo katika Suratul Al-Maryam 19:28 "Ewe dada yake Haruni. Baba yako hakuwa mtu mbaya. Wala mama yako hakuwa hasharati".

بَغِيًّا أُمُّكِ كَانَتْ وَمَا سَوْءٍ آمْرَأَ أَبُوكِ كَانَ مَا هَارُونَ يَاأُخْتَ

Yaaa ukhta Haaroona maa kaana abookimra'a saw'inw wa maa
kaanat ummuki baghiyyaa

Fafanuzi unayoifafanua aya hii ya 19:28 iliyomo ndani ya Qur'an, tafsiri ya King Fahd uk. 405, unasomeka hivi "This Harun (Aaron) is not the brother of Musa (Moses), but he was another pious man at the time of Maryam (Mary)"

Tafsiri ya Waislam: "Huyu Harun siyo ndugu yake Musa, bali alikuwa ni mtu mwingine tu mcha Mungu, aliyeishi wakati wa kipindi cha Maryam"

Kwa mujibu wa Biblia, Haruni ni mtoto wa mzee Amran na mama yao anaitwa Yekobedi na kwao wamezaliwa watoto watatu

Haruni, Miriam na mdogo wao Musa. Tunasoma hayo katika kitabu cha *Hesabu 26:59* "*Na jina la mke wa Amramu aliitwa Yokebedi binti wa Lawi, ambaye alizaliwa kwake Lawi huko Misri; na huyo Yokebedi akamzalia Amram Haruni, na Musa, na Miriamu umbu lao*"

Tofauti nyingine ni kuumbwa kwao:

YESU NI MUUMBAJI/HAKUUMBWA	ISA KAUMBWA
Yohana 1:3 "Vyote vilifanyika kwa huyo; wala pasipo yeye hakikufanyika chochote kilichofanyika" Wakolosai 1:16-17 "Kwa kuwa katika yeye vitu vyote viliumbwa, vilivyo mbinguni na vilivyo juu ya nchi, vinavyoonekana na visivyoonekana; ikiwa ni vitu vya enzi, au usultani, au enzi, au mamlaka; vitu vyote viliumbwa kwa njia yake na kwa ajili yake"	Qur'an Suratul Imran, 3:59 "Bila shaka hali ya Isa kwa Mwenyezi Mungu ni kama hali ya Adam; alimwumba kwa udongo kisha akamwambia: "Kuwa"; basi akawa" ءَادَمَ كَمَثَلِ ٱللَّهِ عِندَ عِيسَىٰ مَثَلَ إِنَّ فَيَكُونُ كُن لَهُ قَالَ ثُمَّ تُرَابٍ مِن خَلَقَهُ **Inna masala 'Eesaa 'indal laahi kamasali Aadama khalaqahoo min turaabin summa qaala lahoo kun fayakoon**

ISA KAUMBWA. *Qur'an Suratul Imran, 3:59 "Bila shaka hali ya Isa kwa Mwenyezi Mungu ni kama hali ya Adam; alimwumba kwa udongo kisha akamwambia: "Kuwa"; basi akawa"* ءَادَمَ كَمَثَلِ ٱللَّهِ عِندَ عِيسَىٰ مَثَلَ إِنَّ فَيَكُونُ كُن لَهُ قَالَ ثُمَّ تُرَابٍ مِن خَلَقَهُ *Inna masala 'Eesaa 'indal laahi kamasali Aadama khalaqahoo min turaabin summa qaala lahoo kun fayakoon*

YESU HAKUUMBWA Lakini tusomapo kumhusu Yesu, yeye hakuumbwa bali ni Neno la Mungu.

Yohana 1: 1,14 "Hapo mwanzo kulikuwako Neno, naye Neno alikuwako kwa Mungu naye Neno alikuwa Mungu........ Naye Neno alifanyika mwili akakaa kwetu......."

Mika 5:2 "Bali wewe, Bethlehem Efrata, uliye mdogo kuwa miongoni mwa elfu za Yuda; kutoka kwako wewe atanitokea mmoja atakayekuwa mtawala katika Israel; ambaye matokeo yake yamekuwa tangu zamani za kale, tangu milele"

Yohana: 8:58 "Yesu akawaambia, Amin, amin, nawaambia, Yeye Ibrahim asijakuwako, mimi niko".

Zaidi ya hayo Biblia inatujulisha kuwa yeye ndiye Muumbaji mwenyewe

Yohana 1:3 "Vyote vilifanyika kwa huyo; wala pasipo yeye hakikufanyika chochote kilichofanyika"

Wakolosai 1:16-17 "Kwa kuwa katika yeye vitu vyote viliumbwa, vilivyo mbinguni na vilivyo juu ya nchi, vinavyoonekana na visivyoonekana; ikiwa ni vitu vya enzi, au usultani, au enzi, au mamlaka; vitu vyote viliumbwa kwa njia yake na kwa ajili yake"

Isa Bin Maryam alipo nyakuliwa na Allah, hajawai kuonekana kwa namna yeyote ile, Ila, Yesu Kristo baada ya kuondoka kwake alimtokea Sauli ambaye ni Mtume Paulo.

Matendo ya Mitume 9:4 "Akaanguka chini, akasikia sauti ikimwambia, Saul, Saul, mbona waniudhi? Akasema, U nani wewe, Bwana? Naye akasema, Mimi ndimi Yesu unayeniudhi wewe"

SOMO LA TANO

Tofauti ya uwezo wa Jina la Yesu Kristo na Isa Bin Maryam

MAANA YA JINA LA YESU	MAANA YA JINA LA ISSA
Katika Biblia ambayo ina jumla ya Sura 1189; aya 31,102; vitabu 66 – Agano la kale vitabu 39 na Agano Jipya vitabu 27; **Jina la Yesu maana yake ni Mwokozi.** Neno Mwokozi kwa Kiingereza wanasema 'Saviour' limetajwa mara 55. Ikumbukwe kwamba katika Agano Jiypa Jina Yesu au Yehoshua (kwa Kiebrania) limetajwa mara 1275 katika aya zipatazo 1226. Marko 16:17-18 inasema, "ishara hizi zitafuatana na hao waaminio; kwa jina Langu watatoa pepo...." Matendo 16:16-18 Ikawa tulipo kuwa tukienda mahali pale pa kusali, kijakazi mmoja aliyekuwa na pepo wa uaguzi akatukuta, aliyewapatia bwana zake faida nyingi kwa kuagua. Akamfuata Paulo na sisi akipiga kelele, akisema watu hawa ni watumishi wa Mungu Aliye juu, wenye kuwahubiria Njia ya wokovu. Akafanya hayo siku nyingi. Lakini Paulo Akakasirika, akageuka akamwambia yule pepo, nakuamuru kwa jina la Yesu Kristo, mtoke huyu. Akamtoka saa ile ile.	Katika Quran yenye jumla ya juzuu 30; Surah 114; aya 6236; maneno yenye kutamkia 76,440; herufi 322,373; jina Isa linatamkwa lisa au Aysi limetajwa mara 25. Isa pia ameitwa masihi mara 93. *Lakini tunaposoma Qurani iliofarsiriwa/ tafsiriwa na Imam Baidawi Juzuu 1 Ukurasa 160 ameeleza kuwa* **Isa jina la Kiislam kwenye Quran maana yake ni Wekundu unaozidiana na weupe "ZERUZERU".** Katika Al-Lu'lu'war-Marjani, Juzuu na1, Hadithi na 104 Uk. 64 "Hadithi ya Ibn Abbas (r.a) kutoka kwa Mtume (s.a.w) amesema, "Nilimuona Musa (a.s) katika usiku wa Al-Isra, niliopelekwa,naye ni mtu mrefu, mwenye nywele za hudhurungi zimejikunjakunja kama mtu wa Shanua. Na nilimuona Isa (a.s), naye ni mtu wa wastani wa umbo, unaelekea kwenye wekundu na weupe, ana nywele zilizonyooka......"

Jina la Isa Bin Maryam halina nguvu wala uwezo wa kuokoa bali maana yake ni rangi mbili:

Ni jambo la kawaida sana jina au majina kuwa na maana. Mfano majina haya ya kiarabu yana maana hizi: Muhammad, linamaanisha mwenye kushukuriwa, Abdalla ni Mtumwa wa Allah; Abu-Bakar maana yake ni Baba wa bikira; Abu Huraira ni baba wa Mapaka. Aidha majina ya Kiebrania nayo pie yana maana. Malaki ni mtumishi au Mjumbe wa Yehova, Isaya ni Wokovu wa Yehova; Ezekiel inamaanisha Mungu hutia nguvu, Daniel – Mungu ni hakimu wangu.

Maana ya jina la Isa kutokana na Quran:

Katika Quran yenye jumla ya juzuu 30; Surah 114; aya 6236;

maneno yenye kutamkia 76,440; herufi 322,373; jina Isa linatamkwa lisa au Aysi limetajwa mara 25. Isa pia ameitwa Masihi mara 93. *Lakini tunaposoma Qurani iliofarsiriwa/tafsiriwa na Imam Baidawi Juzuu 1 Ukurasa 160 ameeleza kuwa Isa jina la Kiarabu maana yake ni Wekundu unaozidiana na weupe "ZERUZERU".* Hii ndio maana ya Jina la Isa wa Quran. Je, Yesu wa Biblia maana yake nini?

Katika Al-Lu'lu'war-Marjani, Juzuu na1, Hadithi na 104 Uk. 64 "Hadithi ya Ibn Abbas (r.a) kutoka kwa Mtume (s.a.w) amesema, "Nilimuona Musa (a.s) katika usiku wa Al-Isra, niliopelekwa,naye ni mtu mrefu, mwenye nywele za hudhurungi zimejikunjakunja kama mtu wa Shanua. Na nilimuona Isa (a.s), naye ni mtu wa wastani wa umbo, unaelekea kwenye wekundu na weupe, ana nywele zilizonyooka……" *Jina la Yesu maana yake ni Mungu ni Mwokozi:*

Matendo ya Mitume 4:9-10,12 "kama tukiulizwa leo habari ya jambo jema alilofanyiwa yule mtu dhaifu, jinsi alivyoponywa, jueni nyinyi nyote na watu wote wa Israel ya kuwa kwa jina la Yesu Kristo wa Nazareti, ambaye nyinyi mlimsulubisha, na Mungu alimfufua katika wafu kwa jina hilo mtu huyu anasimama ali mzima mbele yenu. Wala hakuna wokovu katika mwingine awaye yote, kwa maana hapana jina jingine chini ya mbingu walilopewa wanadamu litupasalo sisi kuokolewa kwalo"

Jina Yesu linatokana na lugha ya Kiebrania 'Yehoshua' katika lugha ya Kigiriki wanasema 'Iesous' inatamka 'Yesous' yaani Yesu. Katika lugha ya Kiarabu wanasema 'Yasu', kwa kiingereza ni "Jesus" maana yake 'Bwana anaokoa au Bwana ni Mwokozi' Isaya 43:6, 10-11.

Katika Biblia ambayo ina jumla ya Sura 1189; aya 31,102; vitabu 66 – Agano la kale vitabu 39 na agano Jipya vitabu 27; Neno Mwokozi kwa Kiingereza wanasema 'Saviour' limetajwa mara 55. Ikumbukwe kwamba katika agano jiypa jina Yesu au Yehoshua (kwa Kiebrania) limetajwa mara 1275 katika aya zipatazo 1226.

Zingatia pia kuwa agano jipya lina jumla ya aya 7930 na Sura 260 hivyo hapa tunaona jina Yesu maana yake ni Mwokozi na jina Isa ni wekundu uliozidiana na weupe. Kwa kuwa maana ya haya majina tofauti bila shaka Isa sio Bwana Yesu.

Leo tumejifunza kwa kifupi tu kuwa, Jina la Isa lenye maana ya Wekundu unao zidiana na weupe ni tofauti kabisa na Jina la Yesu lenye maana ya MWOKOZI katika Biblia. Zaidi ya hapo, tafsir ya Jina la Yesu kwa Kiarabu ni Yasu na sio Isa kama ambavyo Waislam wanadai katika vitabu vyao.

Baadhi ya aya ndani ya Qur'an zinaeleza kuwa Isa A.S. aliwaponya wenye upofu. Ni akina nani hao tutajiwe angalau mmoja? Yesu alimponya kipofu Batromayo.

Aya zingine zinasema Isa a.s alifufua wafu. Ni akina nani hao? Yesu alimfufua Lazaro.

Jina tulilopewa ni jina moja tu lenye Wokovu la Yesu Kristo. Jina la Isa A.S lisilo na wokovu limehusishwaje na jina la Yesu Kristo wa Nazareth lenye wokovu?

Matendo ya Mitume 16:31 "Wakamwambia, Mwamini Bwana Yesu, nawe utaokoka wewe pamoja na nyumba yako."

Mamlaka ya Jina la Yesu

"Kwa hiyo tena Mungu alimwadhimisha mno, akamkirimia Jina lile lipitalo kila jina; ili kwa jina la Yesu kila goti lipigwe, la vitu vya mbinguni, na vya duniani, na vya chini ya nchi; na kila ulimi ukiri ya kuwa YESU KRISTO NI Bwana, kwa utukufu wa Mungu Baba." (Wafilipi 2:9-11)

Kwa mistari hii michache tunaona ya kuwa jina la Yesu Kristo lina mamlaka MBINGUNI, DUNIANI na CHINI YA NCHI au KUZIMU.

"Kwa jina la Yesu kila goti lipigwe" maana yake jina la Yesu lipate heshima linavyostahili kila mahali. Likiwa mojawapo ya funguo za ufalme wa mbinguni, jina la Yesu linatupa MAMLAKA mbinguni, duniani na chini ya nchi.

Kwa mfano: tunaokolewa kwa jina la Yesu (Matendo ya Mitume 4:12).

Tunazaliwa mara ya pili kwa jina la Yesu (Yohana 1:12). Kwa maneno mengine kwasababu ya jina lake, Yesu alisema; "Amin, amin, nawaambia, Mkimwomba Baba neno lo lote atawapa kwa jina langu. Hata sasa hamkuomba neno kwa jina langu; ombeni, nanyi mtapata; furaha yenu iwe timilifu" (Yohana 16:23-24)

Mtu anapata furaha iliyo timilifu anapoomba kwa jina la Yesu Kristo! Kwa nini? Kwa sababu akiomba kwa jina la Yesu Kristo — anapata kile alichoomba. Heshima yote hii ya kujibiwa maombi yetu na Mungu Baba inatokana na Jina la Yesu Kristo, aliye Bwana na mwokozi wetu. Yesu Kristo alisema, "Mtu akinitumikia, na anifuate; nami nilipo, ndipo na mtumishi wangu atakapokuwapo. Tena mtu akinitumikia,

Baba atamheshimu." (Yohana 12:26)

Hebu tuyatafakari maneno yafuatayo aliyoyasema Kristo juu ya mamlaka iliyomo katika Jina lake.

Biblia inasema, "Na ishara hizi zitafuatana na hao waaminio; kwa jina langu

-watatoa pepo;

-watasema kwa lugha mpya;

-watashika nyoka;

-hata wakinywa kitu cha kufisha, hakitawadhuru kabisa;

-wataweka mikono yao juu ya wagonjwa, nao watapata afya". (Marko 16:17-18).

Hebu na tuangalie kwa undani zaidi baadhi ya ishara alizosema zitatokea tukilitumia Jina la Yesu Kristo.

"Kwa Jina Langu watatoa pepo"

Yesu Kristo alitaka sisi tumwaminio tujue ya kuwa kwa jina lake tuna mamlaka juu ya mapepo. Ni vizuri ufahamu ya kuwa kwa kuwa umemwamini Kristo rohoni mwako kama Bwana na mwokozi wako, basi, una mamlaka yakuwatoa pepo mahali walipo! Ukijua pepo yuko mahali Fulani, una uwezo nanmamlaka ya kumtoa mahali hapo kwa jina la Yesu Kristo, naye atatii!!

Daktari Luka mwandishi wa kitabu cha Matendo ya Mitume, anaeleza uweza wa jina la Yesu Kristo juu ya pepo waliokuwa katika hiduma na Mtime Paulo huko Filipi, mji wa makedinia, anaposema hivi;

"Ikawa tulipokuwa tukienda mahali pale pa kusali, kijakazi mmoja aliyekuwa na pepo wa uaguzi akatukuta, aliyewapatia bwana zake faida nyingi kwa kuagua. Akamfuata Paulo na sisi akipiga kelele, akisema, Watu hawa ni watumishi wa Mungu aliye juu, wenye kuwahubiria njia ya wokovu. Akafanya hayo siku nyingi. Lakini Paulo akasikitika, akageuka akamwambia yule pepo, Nakuamuru kwa jina la Yesu Kristo, mtoke huyu. Akamtoka saa ile ile." (Matendo ya Mitume 16:16-18)

Unaona jinsi Mtume Paulo alivyofanya alipotambua kuwa huyo mtu aliyewafuata alikuwa na pepo? Paulo alimwambia yule pepo, "nakuamuru kwa jina la Yesu Kristo, mtoke huyu". Na yule pepo hakuwa nauwezo wa kubisha kwa kuwa anamfahamu Yesu Kristo na uwezo alionao juu ya shetani na kazi zake zote, kwa hiyo ilibidi atii amri hiyo. Biblia inasema akamtoka saa ile ile.

Na wewe ndivyo unavyotakiwa kufanya unapotambua kuwa kuna mtu anayesumbuliwa na pepo. Bila wasiwasi mwamuru huyo pepo kwa kusema; 'nakuamuru kwa Jina la Yesu Kristo mtoke huyu'. Naye atamtoka! Usiwe na hofu na kuanza kufikiri labda hatatoka, au labda atakudhuru wewe. Simama katika imani ya jina la Yesu Kristo lenye uwezo wa kutoa pepo. Tena kumbuka Yesu Kristo alisema, "Tazama, nimewapa amri ya kukanyaga nyoka na nge, na nguvu zote za yule adui, wala hakuna kitu kitakachowadhuru. Lakini, msifurahi kwa vile pepo wanavyowatii; bali furahini kwa sababu majina yenu yameandikwa mbinguni" (Luka 10:19-20).

"Kwa jina langu…wataweka mikono juuya wagonjwa…"

Kumbuka Yesu Kristo alisema, "na ishara hizi zitafuatana na hao waaminio; kwa jina langu watatoa pepo; watasema kwa lugha mpya; watashika nyoka; hata wakinywa kitu cha kufisha, hakitawadhuru kabisa; wataweka mikono yao juu ya wagonjwa, nao watapata afya." (Marko 16:17)

Nakumbuka kuna wakati niliwahi kumsomea mstari huu msichana mdogo wa umri wa miaka kumi na miwili aliyekuwa anasumbuliwa na uvimbe katika pua zake na hata kumletea shida ya kupumua. Baada ya kumsomea maneno hayo ya Yesu Kristo, nilimuuliza kuwa anayamini, naye akajibu kuwa "ndiyo nayaamini". Nikamwuliza tena; "Je! Unaamini kuwa utapona nikiweka mikono yangu juu ya pua yako kwa Jina la Yesu Kristo?" Naye akajibu tena, akasema, ndiyo.

Kwa hiyo nikaweka mkono wangu juu ya pua ya Yule msichana, na nikauamuru ule uvimbe katika pua utoweke, na nikamshukuru Mungu kwa uponyaji huo. Yule msichana akaondoka kurudi nyumbani kwao. Kesho yake nililetewa habari kuwa, Yule msichana amepona, na uvimbe uliokuwa unamsumbua puani haupo tena!

Ni furaha kujua kuwa tuna Jina lenye mamlaka namna hii — mbinguni, duniani na chini ya nchi (kuzimu). Wagonjwa wanapaya afya wakiombewa kwa jina la Yesu Kristo, kw a kuwa jina hili lina afya ndani yake.

Tusoma Neno la Mungu toka katika Biblia- Marko 16:17,18 linalosema hivi; "na ishara hizi zitafuatana na hao waaminio; kwa jina langu watatoa pepo; waasema kwa lugha mpya; watashika nyoka; hata wakinywa kitu cha kufisha, hakitawadhuru kabisa; wataweka mikono yao juu ya wagonjwa, nao watapata afya."

Jina la Yesu Kristo libarikiwe sana maana ni ngome imara — walio na shida hulikimbilia na kupata pumziko na msaada!!

Barikiwa sana katika Jina la Yesu Kristo.

SOMO LA SITA

Jinsi Jina la Yesu Kristo lilivyo tafsiriwa:

<table>
<tr><td colspan="2" align="center">Yesu kwa Kiarabu sio Isa bali ni Yasu</td></tr>
<tr><td align="center">Kiebrania cha Mapema/Early Hebrew (long form): Yehoshua' =
Yod + He + Shin + Waw + 'Ain
Kiebrania cha Baadae/Later Hebrew (short form): Yeshua' =
Yod + Shin + Waw + 'Ain
Kiarabu-Wakristo/Arabic (Christian): Yasu' =
Ya + Sin + Waw + 'Ain
Kiarabu-Waislam/Arabic (Muslim): 'Isa =
'Ain + Ya + Sin + Ya

Kwa Kiarabu na Biblia ni Yasu

Kiebrania ni Yeshua

Kiswahili ni Yesu

Kiislam na Quran ni Isa</td></tr>
</table>

Jinsi ya kutafsiri majina kutoka lugha moja kwenda lugha nyingine:

Sasa tujifunze utaalamu wa kukokotoa jina sahihi la Yesu/Yashua na tafsiri yake katika Kiarabu. Je, Isa ni jina la Yesu wa Biblia?

Jibu sahihi la kihistoria na la wataalam wa kutafsiri litatupa ukweli halisi wa Jina la Yesu na kwanini alipewa Jina hilo katika " sherehe ya kumtaja " (Luka 2:21). Jina ambalo aliitwa na Mama yake, Baba yake wa Kambo, Ndugu zake na jamaa wengine, majirani zake, marafiki zake na wanafunzi wake wakati wa maisha yake duniani. Hakuna kutokuelewana kuhusu ukweli kwamba jina la Yeshua halikuwa la Kiarabu bali la Kiyahudi na Yesu/Yeshua mwenyewe aliishi katika Israeli, na alizaliwa katika familia ya Wayahudi wacha Mungu.

Jina la Yesu bila ya shaka yeyote ile ni la Kiyahudi. (Maana yake ni "kweli"). Tafsir ya jina la Yeshua Kiebrania katika Kiingereza itakuwa ni Jesus. Jina la Yesu halikuchaguliwa kiholela na wazazi wake, lakini yeye alipata jina lake moja kwa moja kutoka kwa Mungu

(Mathayo 1:21, Luka 1:31) kwa sababu ya maana ya jina lake na nani alilileta, basi leo hii tunaelewa madhumuni ya Yesu kuzaliwa na kuja hapa duniani (Mathayo 1:21).

Katika utamaduni na jadi ya Kiarabu. Jina la Yesu ni Yasu na si Isa kama ilivyo andikwa kwenye Koran ya Kiislam. Na hata leo, jina la Yasu linatumiwa na zaidi ya 99.99% ya Wakristo wote wa Kiarabu. Tembea katika kanisa lolote la Kiarabu huto sikia wanatumia jina la Isa, Sikiliza matangazo ya Wakristo wa Kiarabu katika Radio na Televisheni (za Kiarabu) huto sikiwa Mkristo anatumia jina la Isa, bali wanatumia jina la Yasu. Matangazo yote ya Kikristo katika Uarabu wanatumia jina la Yasu. Kamwe huto ona jina la Isa kama lilivyo kwenye Koran ya Waislamu.

Katika jadi ya Kiarabu na utoaji wa tafsiri wa jina, jina sahihi la Kiebrania (Yeshua) ni Yasu katika Kiarabu. Kila uchaguzi wa tafsiri ya jina la kigeni katika lugha tofauti ni uvumbuzi wa binadamu.

Kiisimu ipo wazi jinsi jina la Yeshua Kiebrania lilivyo tafsiriwa na kuwa Yesu Kiswahili na Jesus Kiingereza:

Yeshua '(Kiebrania) -> Ιησους (Kiyunani) -> Yesu (Kilatini) -> Jesus (Kiingereza) -> Yesu (Kiswahili).

Mpito muhimu ni kutoka Kiyahudi kwenda Kigiriki. Hatua hii ilifanyika miaka 200 kabla ya Yesu kuzaliwa. Watafsiri wa Septuaginta (LXX), classical Kigiriki tafsiri ya maandiko ya Kiyahudi, kutokaa Yeshua Kiebrania jina kama Ιησους katika Kigiriki. Injili ziliandikwa katika lugha ya Kigiriki ilitumia utamaduni huu wa kutafsir kwa muda mrefu.

Kwasababu Kiyahudi na Kiarabu ni lugha mbili za Kisemiti, na zina uhusiano wa karibu, kuna baadhi ya sheria maalumu ambayo sauti/maneno/maandishi ya Kiebrania yanahusiana na ambayo sauti/maneno katika Kiarabu. Hasa, Neno la Kiebrania Shin mara kwa mara linatumika kama Dhambi katika Kiarabu, kwa mfano neno la Kiyahudi la amani, shalom ni sambamba na neno "salam" la Kiarabu. Kulingana na sheria za lugha na mahusiano kati ya Kiyahudi na Kiarabu, Yasu 'ni sahihi kwa Kiarabu na kwa Kiebrania ni Yeshua:

Yeshua '= Yod + + Shin Waw +' Ain
Yasu '= + Ya + Sin Waw +' Ain

Tena, katika lugha sahihi, jina la Yasu ni Kiarabu sawa na

Yeshua Kiebrania. Hivyo, katika utamaduni na jadi ya Kiarabu jina la Yasu ndilo sahihi na pekee kutokana na kiisimu. Mpito kutoka Yeshua kwa Yasu inafuata sheria ya kawaida ya mabadiliko fonetiki kutoka Kiyahudi na Kiarabu. Yasu ni jina la Kiarabu la Yesu. Kinyume chake, Yasu ndio jina lenye asili ya Yeshua.

Early Hebrew (long form): Yehoshua' = Yod + He + Shin + Waw + 'Ain
Later Hebrew (short form): Yeshua' = Yod + Shin + Waw + 'Ain
Arabic (Christian): Yasu' = Ya + Sin + Waw + 'Ain
Arabic (Muslim): 'Isa = 'Ain + Ya + Sin + Ya

"Ya" na "Waw" ni maneno dhaifu, katika lugha ya Kiarabu, hufundisha kwamba mtu anaweza kurejea katika maneno mengine kama kuchukua juu ya aina mbalimbali (declension, inflection). Hivyo, mtu anaweza kuona kwamba fomula ya Kiislamu 'Isa kimsingi ni ya bandia/kutungwa na binadamu (inversion) (pamoja na mabadiliko ya Waw ili Ya) kwa Mkristo wa Kiarabu jina la Yesu ni Yasu na si Isa kama ilivyo andikwa kwenye Koran ya Kiislamu.

Nategemea leo umejifunza tofauti iliyopo kati ya Jina la Yesu-Kiswahili, Yasu-Kiarabu na Yeshua-Kiebrani.

SOMO LA SABA

Sifa za Yesu Kristo ni tofauti na sifa za Isa Bin Maryam

YESU KRISTO: YEYE NI MWANA WA MUNGU	ISA BIN MARIAM A.S: YEYE SIYO MWANA WA MUNGU
Luka 1:30-31,35 "Malaika akamwambia usiogope Mariamu,kwa maana umepata neema kwa Mungu. Tazama utachukua mimba na kuzaa mtoto mwanamume; na jina lake utamwita Yesu. Malaika akajibu akamwambia, Roho Mtakatifu atakujilia juu yako, na nguvu zake Aliye juu zitakufunika kama kivuli; kwa sababu hiyo hicho kitakachozaliwa kitaitwa kitakatifu Mwana wa Mungu.	Qurani Suratul At-Tawba (Kutubu), 9:30 "Na Mayahudi wanasema "Uzeri ni mwana wa Mwenyezi Mungu" na "Wakristo wanasema "Masihi ni Mwana wa Mwenyezi Mungu" Haya ndiyo wasemayo kwa vinywa vyao (pasi na kuyapima). Wanayaiga maneno ya wale waliokufuru kabla yao, Mwenyezi Mungu awaangamize. Wanageuzwa namna gani hawa! وَقَالَتِ ٱلنَّصَـٰرَى ٱللَّهِ ٱبْنُ عُزَيْرٌ ٱلْيَهُودُ وَقَالَتِ ٱلْمَسِيحُ ٱبْنُ ٱللَّهِ ذَٰلِكَ قَوْلُهُم بِأَفْوَٰهِهِمْ يُضَـٰهِـُٔونَ قَوْلَ ٱلَّذِينَ كَفَرُوا۟ مِن قَبْلُ قَـٰتَلَهُمُ ٱللَّهُ أَنَّىٰ يُؤْفَكُونَ

(A) ISA BIN MARYAM A.S: YEYE SIYO MWANA WA MUNGU.
Qur'ani Suratul Al An-Am,6:101 *"Yeye ndiye Mwumba wa mbingu na ardhi. inamkinikanaje awe na mwana, hali hana mke. Naye ndiye aliye umba kila kitu (sio baadhi yake kavizaa). Naye ni mjuzi wa kila kitu".*

بَدِيعُ ٱلسَّمَـٰوَٰتِ وَٱلْأَرْضِ أَنَّىٰ يَكُونُ لَهُۥ وَلَدٌ وَلَمْ تَكُن لَّهُۥ صَـٰحِبَةٌ وَخَلَقَ كُلَّ شَىْءٍ وَهُوَ بِكُلِّ شَىْءٍ عَلِيمٌ

Badee'us samaawaati wal ardi annnaa yakoonu lahoo waladunw wa lam takul lahoo saahibatunw wa khalaqa kulla shain'inw wa Huwa bikulli shai'in 'Aleem

Qurani Suratul At-Tawba (Kutubu), 9:30 "Na Mayahudi wanasema "Uzeri ni mwana wa Mwenyezi Mungu" na "Wakristo wanasema "Masihi ni Mwana wa Mwenyezi Mungu" Haya ndiyo wasemayo kwa vinywa vyao (pasi na kuyapima). Wanayaiga maneno ya wale waliokufuru kabla yao, Mwenyezi Mungu awaangamize. Wanageuzwa namna gani hawa!

وَقَالَتِ ٱلْيَهُودُ عُزَيْرٌ ٱبْنُ ٱللَّهِ وَقَالَتِ ٱلنَّصَـٰرَى ٱلْمَسِيحُ ٱبْنُ ٱللَّهِ ذَٰلِكَ قَوْلُهُم بِأَفْوَٰهِهِمْ يُضَـٰهِـُٔونَ قَوْلَ ٱلَّذِينَ كَفَرُوا۟ مِن قَبْلُ قَـٰتَلَهُمُ ٱللَّهُ أَنَّىٰ يُؤْفَكُونَ

Wa qaalatil yahoodu 'Uzairunib nul laahi wa qaalatin Nasaaral

Maseehub nul laahi zaalika qawluhum bi afwaahihim yudaahi'oona qawlal lazeena kafaroo min qabl; qatalahumul laah; annaa yu'fakoon

Fundisho la Uwana wa Mungu kama Biblia inavyofundisha, halimo katika mafundisho na itikadi ya dini ya Kiislamu kwahiyo Isa a.s siyo Mwana wa Mungu.

(B) YESU KRISTO: YEYE NI MWANA WA MUNGU.

Luka 1:30-31,35 "Malaika akamwambia usiogope Mariamu,kwa maana umepata neema kwa Mungu.Tazama utachukua mimba na kuzaa mtoto mwanamume; na jina lake utamwita Yesu. Malaika akajibu akamwambia,Roho Mtakatifu atakujilia juu yako,na nguvu zake Aliye juu zitakufunika kama kivuli;kwa sababu hiyo hicho kitakachozaliwa kitaitwa kitakatifu Mwana wa Mungu.

Hivyo Isa siyo Mwana Mungu lakini Yesu ni Mwana wa Mungu. Kwa hivyo Yesu siyo Isa.

(A) ISA A.S: YEYE SIYO MUNGU ALIYEFANYIKA MWILI

Suratul Al Maidah, (meza), 5:72 73 Bila ya shaka wamekufuru wale waliosema, "Mwenyezi Mungu ni Masih (issa) bin Maryam". (Na hali ya kuwa)Masihi alisema "Enyi wana wa Israel! Mwabuduni Mwenyezi Mungu, Mola wenu. Kwani anayemshirikisha Mwenyezi Mungu, hakika Mwenyezi Mungu atamharimishia Pepo, na mahali pake (patakuwa) ni Motoni. Na madhalimu hawatakuwa na wasaidizi (wa kuwasaidia siku ya Kiama) "Kwa hakika wamekufuru wale waliosema mwenyenzi Mungu ni mmoja katika (wale waungu) watatu (yeye ndiye watatu wao) hali hakuna mungu ila Mwenyezi Mungu mmoja (tu peke yake) na kama hawataacha hayo wasemayo kwa yakini itawakamata wale wanaoendelea na ukafiri miongoni mwao adhabu iumizayo".

مَرْيَمَ ٱبْنُ ٱلْمَسِيحُ هُوَ ٱللَّهَ إِنَّ قَالُوٓا۟ ٱلَّذِينَ كَفَرَ لَّقَدْ

وَرَبَّكُمْ رَبِّى ٱللَّهَ ٱعْبُدُوا۟ إِسْرَٰٓءِيلَ يَٰبَنِىٓ ٱلْمَسِيحُ وَقَالَ

ٱلنَّارُ وَمَأْوَىٰهُ ٱلْجَنَّةَ عَلَيْهِ ٱللَّهُ حَرَّمَ فَقَدْ بِٱللَّهِ يُشْرِكْ مَن إِنَّهُ

أَنصَارٍ مِنْ لِلظَّٰلِمِينَ وَمَا

5:72

Laqad kafaral lazeena qaalooo innal laaha Huwal maseehub nu Maryama wa qaalal Maseehu yaa Baneee Israaa'eela u'budul laaha Rabbee wa Rabbakum innnahoo many-yushrik billaahi faqad harramal laahu 'alaihil jannata wa maa waahun Naaru wa maa lizzaalimeena min ansaar

وَٰحِدٌ إِلَٰهٌ إِلَّآ إِلَٰهٍ مِنْ وَمَا ثَلَٰثَةٍ ثَالِثُ ٱللَّهَ إِنَّ قَالُوٓا۟ ٱلَّذِينَ كَفَرَ لَّقَدْ

أَلِيمٌ عَذَابٌ مِنْهُمْ كَفَرُوا۟ ٱلَّذِينَ لَيَمَسَّنَّ يَقُولُونَ عَمَّا يَنتَهُوا۟ لَّمْ وَإِن

5:73

laqad kafaral lazeena qaalooo innal laaha saalisu salaasah; wa maa

min ilaahin illaaa Ilaahunw Waahid; wa illam yantahoo 'ammaa yaqooloona layamas sannal lazeena kafaroo minhum 'azaabun aleem

(B) YESU YEYE NI NENO LA MUNGU LILILOFANYIKA MWILI:

Yohana 1: 1,14 "Hapo mwanzo kulikuwako Neno, naye Neno alikuwako kwa Mungu naye Neno alikuwa Mungu........Naye Neno alifanyika mwili akakaa kwetu......."

(A) ISA A.S YEYE HAJAWAHI KUSULUBIWA WALA KUUWAWA

Qurani Suratul An-Nisaa (Wanawake) 4:157-158

"Na kwa (ajili ya) kusema kwao sisi tumemuua masihi Isa mwana wa Maryamu, mtume wa Mungu. Hali hawakumuua wala hawakumsulubu bali walibabaishiwa (mtu mwingine wakamdhani nabii Isa.) Na kwa hakika wale waliokhitalifiana katika (hakika)hiyo (ya kumuua nabii Isa) wamo katika shaka nalo (jambo hilo kusema kauwawa]. Wao (kabisa) hawana yakini juu ya (jambo)hili (la kuwa kweli wamemuua nabii isa) isipokuwa wanafuata dhana tu.Na kwa yakini hawakumuua. Bali mwenyenzi Mungu alimnyanyua kwake. Na mwenyenzi Mungu ni mwenye nguvu (na)mwenye hikima.

لَهُمْ شُبِّهَ وَلَٰكِن صَلَبُوهُ وَمَا قَتَلُوهُ وَمَا ٱللَّهِ رَسُولَ مَرْيَمَ ٱبْنَ عِيسَى ٱلْمَسِيحَ قَتَلْنَا إِنَّا وَقَوْلِهِمْ ٱلظَّنِّ ٱتِّبَاعَ إِلَّا عِلْمٍ مِنْ بِهِ لَهُم مَّا ۚ مِّنْهُ شَكٍّ لَفِى فِيهِ ٱخْتَلَفُوا۟ ٱلَّذِينَ وَإِنَّ ۚ يَقِينًا قَتَلُوهُ وَمَا ۚ

4:157

Wa qawlihim innaa qatal nal maseeha 'Eesab-na-Maryama Rasoolal laahi wa maa qataloohu wa maa salaboohu wa laakin shubbiha lahum; wa innal lazeenakh talafoo feehee lafee shakkim minh; maa lahum bihee min 'ilmin illat tibaa'az zann; wa maa qataloohu yaqeenaa

حَكِيمًا عَزِيزًا ٱللَّهُ وَكَانَ ۚ إِلَيْهِ ٱللَّهُ رَّفَعَهُ بَل

4:158

Bar rafa'ahul laahu ilayh; wa kaanal laahu 'Azeezan Hakeemaa

(B)YESU KRISTO: YEYE ALISULUBIWA MSALABANI

Yohana 19:18,31,33 "Wakamsulibisha huko,na wengine wawili pamoja,mmoja huku na mmoja huku, na Yesu katikati.Basi Wayahudi, kwa sababu ni Maandalio, miili isikae juu ya misalaba siku ya sabato(maana sabato ile ilikuwa siku kubwa), walimwomba Pilato miguu yao ivunjwe,wakaondolewe. Lakini walipomjia Yesu na kuona ya kuwa amekwisha kufa,hawakumvunja miguu".

(A) ISA A.S HANA HADHI YA KUABUDIWA NA BINADAMU YEYOTE

Qur'an, Suratul Al-Maidah, 5:116 "Na (kumbukeni) Mwnyezi

Mungu atakaposema: "Ewe Isa bin Maryam! Je, wewe uliwaambia watu: 'Nifanyeni mimi na mama yangu kuwa waungu badala ya Mwenyezi Mungu'?" Aseme (Nabii Isa): "Wewe umetakasika na kuwa na mshirika, hainijuzii mimi kusema ambayo si haki yangu (kuyasema, kwa kuwa ni ya uongo), kama ningalisema bila shaka ungalijua; unayajua yaliyomo nafsini mwangu, lakini mimi siyajui yaliyomo nafsini mwako; hakika Wewe ndiye ujuaye mambo ya ghaibu.

وَإِذْ قَالَ ٱللَّهُ يَٰعِيسَى ٱبْنَ مَرْيَمَ ءَأَنتَ قُلْتَ لِلنَّاسِ ٱتَّخِذُونِى وَأُمِّىَ إِلَٰهَيْنِ مِن دُونِ ٱللَّهِ قَالَ سُبْحَٰنَكَ مَا يَكُونُ لِىٓ أَنْ أَقُولَ مَا لَيْسَ لِى بِحَقٍّ إِن كُنتُ قُلْتُهُ فَقَدْ عَلِمْتَهُ تَعْلَمُ مَا فِى نَفْسِى وَلَآ أَعْلَمُ مَا فِى نَفْسِكَ إِنَّكَ أَنتَ عَلَّٰمُ ٱلْغُيُوبِ

Wa iz qaalal laahu yaa 'Eesab na Maryama 'a-anta qulta linnaasit takhizoonee wa ummiya ilaahaini min doonil laahi qaala Subhaanaka maa yakoonu leee an aqoola maa laisa lee bihaqq; in kuntu qultuhoo faqad 'alimtah; ta'lamu maa fee nafsee wa laaa a'alamu maa fee nafsik; innaka Anta 'Allaamul Ghuyoob

(B) YESU ANASTAHILI KUABUDIWA NA WANADAMU NA MALAIKA

Mathayo 2: 2 "yuko wapi yeye aliyezaliwa mfalme wa Wayahudi? kwa maana tuliiona nyota yake mashariki nasi tumekuja kumsujudia."

Yohana 9: 35 "Yesu akasikia kwamba wamemtoa nje; naye alipomwona alisema, Wewe wamwamini Mwana wa Mungu? Naye akajibu akasema, Ni nani, Bwana, nipate kumwamini? Yesu akamwambia Umemwona, naye anayesema nawe ndiye. Akasema, naamini, Bwana, akamsujudia."

Wafilipi 2:10-11 "ili kwa Jina la Yesu kila goti lipigwe, la vitu vya mbinguni, na vya duniani, na vya chini ya nchi; na kila ulimi ukiri ya kuwa YESU KRISTO NI BWANA, kwa utukufu wa Mungu Baba."

Waebrania 1:6 "Hata tena amletapo mzaliwa wa kwanza ulimwenguni, asema, Na wamsujudu Malaika wote wa Mungu.

(A) ISA HASTAHILI KUWA MWOMBEZI WA WATU KWA MUNGU

Sahih Al-Bukhari, Vol.6, Hadithi No 3, The Noble Qur'an, English Translation uk. 8

".......Nenda kwa Musa, mtumishi wa Allah ambaye Allah alizungumza naye uso kwa uso na alimpa Torati. Hivyo watakwenda kwake naye atasema 'Mimi sistahili kwa jukumu hilo la uombezi, na atataja mauaji aliyoyafanya kwa mtu ambaye si muuaji, na hivyo atajisikia aibu mbele ya Mola wake, naye atasema nendeni kwa Isa, mtumishi wa Allah, Mjumbe wake neno lake na roho iliyotoka kwake. Isa atasema sistahili mimi kubeba jukumu la uombezi......."

(B) YESU ANASTAHILI KUWA MWOMBEZI WA WANADAMU KWA MUNGU

1 Timotheo 2:5 "Kwa sababu Mungu ni mmoja, na mpatanishi kati ya Mungu na wanadamu ni mmoja, Mwanadamu Kristo Yesu;"

Waebrania 7:24-25 "bali yeye, kwa kuwa akaa milele, anao ukuhani wake usioondoka.Naye, kwa sababu hii , aweza kuwaokoa kabisa wao wamjiao Mungu kwa yeye; maana yu Hai siku zote ili awaombee.

(A) ISA NI NABII MWINGINE TU ASIYE TOFAUTI NA WENGINE

Qur'an Suratul Baqarah, (Ng'ombe)2:136 "Semeni nyinyi (Waislamu waambiwe Mayahudi na Manasara; waambieni): "Tumemwamini Mwenyezi Mungu na yale tuliyoteremshiwa, na yale yaliyoteremshwa kwa Ibrahimu na Ismail na Is-haqa na Yaaqubu na kizazi (chake Yaaqubu); na waliyopewa Musa na Isa na pia yale waliyopewa Manabii (wengine) kutoka kwa Mola wao; hatutofautishi baina ya yoyote katika hao. (Wote tunawaamini); na sisi tumenyenyekea Kwake."

وَٱلْأَسْبَاطِ وَيَعْقُوبَ وَإِسْحَٰقَ وَإِسْمَٰعِيلَ إِبْرَٰهِۦمَ إِلَىٰ أُنزِلَ وَمَآ إِلَيْنَا أُنزِلَ وَمَآ بِٱللَّهِ ءَامَنَّا قُولُوٓا۟ وَنَحْنُ مِّنْهُمْ أَحَدٍ بَيْنَ نُفَرِّقُ لَا رَّبِّهِمْ مِن ٱلنَّبِيُّونَ أُوتِيَ وَمَآ وَعِيسَىٰ مُوسَىٰ أُوتِيَ وَمَآ مُسْلِمُونَ لَهُۥ

Qoolooo aamannaa billaahi wa maaa unzila ilainaa wa maaa unzila ilaaa Ibraaheema wa Ismaa'eela wa Ishaaqa wa Ya'qooba wal Asbaati wa maaootiya Moosa wa 'Eesaa wa maaa ootiyan Nabiyyoona mir Rabbihim laa nufarriqoo baina ahadim minhum wa nahnu lahoo muslimoon

(B) YESU YEYE YU JUU KULIKO VITU VYOTE

Waefeso 1:20-23 "aliotenda katika Kristo alipomfufua katika wafu, akamweka mkono wake wa kuume katika ulimwengu wa roho; juu sana kuliko ufalme wote, na malaika, na nguvu, na usultani, na kila jina litajwalo, wala si ulimwenguni humu tu, bali katika ule ujao pia; akavitia vitu vyote chini ya miguu yake akamweka awe kichwa juu ya vitu vyote kwa ajili ya Kanisa; ambalo ndilo mwili wake, ukamilifu wake anayekamilika kwa vyote katika vyote."

(A) ISA ATAKAPORUDI, ATAOA NA KUZAA WATOTO

Mishkat Al- Masabih, Vol 2 Uk.1159, Sahih Muslim, Vol. 1 Uk 92 "Isa atakaporudi ataishi miaka arobaini (40), muda ambao atakuwa ameoa na kuzaa watoto, na atafanya ibada ya hija."

(B) YESU ATAKAPORUDI ATAKUJA KULINYAKUA KANISA, YAANI BIBI ARUSI

Waefeso 5:25-26, 32-33 "Enyi waume, wapendeni wake zenu, kama Kristo naye alivyolipenda Kanisa, Ufunuo 19:7 "Na tufurahi, tukashangilie, tukampe utukufu wake; kwa kuwa arusi ya Mwana Kondoo imekuja na mkewe amejiweka tayari.akajitoa kwa ajili yake, ili makusudi alitakase na kulisafisha

kwa maji katika neno;…..Siri hiyo ni kubwa ila mimi nanena habari ya Kristo na Kanisa. Lakini kila mtu ampende mke wake kama nafsi yake mwenyewe; wala mke asikose kumstahi mmewe."

(A) ISA ATAKUFA BAADA YA KUISHI MIAKA AROBAINI (40)

Mishkat Al- Masabih, Vol 2 Uk. 1159, Sunan Abu Dawud, Hadithi 4310, Sahih Muslim, vol.1, uk.92, "Isa atakaporudi ataondosha dini zote zisiwepo isipokuwa Uislamu. Atamharibu Masih Dajjal, na ataishi duniani miaka arobaini (40) na kisha atakufa. Na baada ya kufa atazikwa pembeni mwa kaburi la Muhammad."

(B) YESU BAADA YA KUFUFUKA YU HAI SIKU ZOTE HAFI TENA

Warumi 6:9 "tukijua ya kuwa Kristo akiisha kufufuka katika wafu hafi tena, wala mauti haimtawali tena."

Waebrania 7:24-25 "bali yeye, kwa kuwa akaa milele, anao ukuhani wake usioondoka.Naye, kwa sababu hii , aweza kuwaokoa kabisa wao wamjiao Mungu kwa yeye; maana yu Hai siku zote ili awaombee."

Ufunuo 1:17-18 "Nami nilipomwona nalianguka miguuni pake kama mtu aliyekufa. kaweka mkono wake wa kuume juu yangu, akisema, Usiogope, mimi ni wa kwanza na wa mwisho, aliye hai; nami nalikuwa nimekufa, na tazama, ni hai hata milele na milele nami ninazo funguo za mauti na za kuzimu."

(A) ISA ALIPOZALIWA SAUTI YA FARAJA ILITOKA CHINI YA ARDHI

Qur'an Suratul Maryam 19:23-24 "Kisha uchungu ukampeleka katika shina la mtende, (akawa anazaa na huku) anasema: "Laiti ningekufa kabla ya haya, na ningekuwa niliyesahaulika kabisa." Mara ikamfikia sauti kutoka chini yake (inamwambia): usihuzunike. Hakika Mola wako amejaalia (ameweka) kijito cha maji chini yako;"

مَنسِيًّا نَسْيًا وَكُنتُ هَـٰذَا قَبْلَ مِتُّ يَـٰلَيْتَنِى قَالَتِ ٱلنَّخْلَةِ جِذْعِ إِلَىٰ ٱلْمَخَاضُ فَأَجَآءَهَا

19:23

Fa ajaaa 'ahal makhaadu ilaa jiz'in nakhlati qaalat yaa laitanee mittu qabla haazaa wa kuntu nasyam mansiyyaa

سَرِيًّا تَحْتَكِ رَبُّكِ جَعَلَ قَدْ تَحْزَنِى أَلَّا تَحْتِهَآ مِن فَنَادَىٰهَا

19:24

Fanaadaahaa min tahtihaaa allaa tahzanee qad ja'ala Rabbuki tahtaki sariyyaa

Mafundisho ya Kiislamu yanaeleza kuwa huko chini ya ardhi kuna mnyama. Na huyo mnyama anazijua aya za Qur'an.

Qur'an katika Suratul Al-Naml, 27:82 "Na kauli (ya kuja kiyama) itakapowathibitikia Tutawatolea mnyama katika ardhi atakayewasemeza kwa

sababu watu walikuwa hawaziyakinishi Aya Zetu"

يُو لَا بِئَايَٰتِنَا كَانُوا۟ ٱلنَّاسَ أَنَّ تُكَلِّمُهُمْ مِّنَ دَآبَّةٍ لَهُم أَخْرَجْنَا عَلَيْهِمْ ٱلْقَوْلُ وَقَعَ وَإِذَا قِنُونَ

27:82

Wa izaa waqa'al qawlu 'alaihim akhrajnaa lahum daaabbatan minal ardi tukal limuhum annan naasa kaanoo bi aayaatinaa laa yooqinoon (section 6)

(B)₁ ALIPOZALIWA YESU SAUTI ZA MALAIKA ZILITOKA JUU

Luka 2:13-16 "Mara walikuwapo pamoja na huyo malaika, wingi wa jeshi la mbinguni, wakimsifu Mungu na kusema, Atukuzwe Mungu juu mbinguni na duniani iwe amani kwa watu aliowaridhia. Ikawa malaika hao walipoondoka kwenda zao mbinguni, wale wachungaji waliambiana, Haya na twendeni mpaka Bethlehemu, tukalione hilo lililofanyika alilotujulisha Bwana. Wakaenda kwa haraka wakamkuta Mariamu na Yusufu, na yule mtoto mchanga amelala horini"

(A) ISA HANA UFAHAMU WA MAMBO MBALIMBALI

Katika Al-Lu'lu' war- Marjan, kitabu cha 3 Hadithi na 1528 uk.883 "Hadithi ya Abu Huraira (r.a) kutoka kwa Mtume (s.a.w) amesema "Issa Ibn Mariam (a,s) alimwona mtu anaiba akamuuliza umeiba? akasema hapana ,Naapa kwa Allah ambaye hakuna mola isipokuwa yeye .Issa (a.s) akasema nimemuamini Allah na limeniongopea jicho langu".

(B) YESU ANAYAJUA YOTE

Yohana 1:47-48 "Basi Yesu akamwona Nathanael anakuja kwake, akanena habari zake "Tazama Mwizraeli kweli kweli hamna hila ndani yake. Nathaeli akamwambia umepataje kunitambua? Yesu akajibu akamwambia, Kabla Filipo hajakuita ulipokuwapo chini ya mtini nilikuona"

Yohana 2:24-25 "Lakini Yesu hakujiaminisha kwao; kwa kuwa yeye aliwajua wote; na kwa sababu hakuwa na haja ya mtu kushuhudia habari za mwanadamu; kwa maana yeye mwenyewe aliyajua yaliyomo ndani ya mwanadamu"

(A) ISA A.S MAMA YAKE ALIKUTWA PEMBEZONI MWA MSIKITI ALIPOLETEWA HABARI ZA KUZALIWA KWAKE

Qur'an Suratul Maryam 19:16-17 "Na mtaje Mariamu kitabuni humu. Alipojitenga na jamaa zake, (akenda) mahali upande wa mashariki (wa msikiti) na akaweka pazia kujikinga nao. Tukampelekea muhuisha Sharia Yetu (Jibrili)- akajimithilisha kwake (kwa sura ya) binadamu aliye kamili

شَرْقِيًّا مَكَانًا أَهْلِهَا مِنْ ٱنتَبَذَتْ إِذْ مَرْيَمَ ٱلْكِتَٰبِ فِى وَٱذْكُرْ

19:16

Wazkur fil Kitaabi Maryma; izin tabazat min ahlihaa makaanan sharqiyyaa

19:17

Fattakhazat min doonihim hijaaban fa arsalnaaa ilaihaa roohanaa fatamassala lahaa basharan sawiyyaa

(B) YESU KRISTO, MAMA YAKE ALIKUTWA NYUMBANI KWAO NAZARETI

Luka 1:26-28 "Mwezi wa sita malaika Gabriel alitumwa na Mungu kwenda mpaka mji wa Galilaya, jina lake Nazareti. Kwa mwana mwali Bikira aliyekuwa ameposwa na mtu jina lake Yusufu wa mbari ya Daudi. Na jina lake Bikira huyo ni Maria. Akaingia nyumbani kwake akasema, salamu uliyepewa neema Bwana yu pamoja nawe.

(A) MIMBA YA ISA ILIKUWA NI YA SIKU MOJA

Qur'an Suratul Maryam 19:21-22 "(Malaika) akasema: 'Nikama hivyo (unavyosema; lakini) Mola wako amesema 'Haya ni sahali Kwangu, na ili Tumfanye muujiza kwa wanaasamu na rehema itokayo Kwetu (ndiyo Tumefanya hivi);' Na hili ni jambo lililokwisha kuhukumiwa." Basi akachukua mimba yake, na akaondoka nayo mpaka mahali pa mbali"

مَّقْضِيًّا أَمْرًا وَكَانَ ۚ مِّنَّا وَرَحْمَةً لِّلنَّاسِ ءَايَةً وَلِنَجْعَلَهُ ۚ هَيِّنٌ عَلَىَّ هُوَ رَبُّكِ قَالَ كَذَٰلِكِ قَالَ

19:21

Qaala kazaaliki qaala Rabbuki huwa 'alaiya haiyimunw wa linaj 'alahooo Aayatal linnaasi wa rahmatam minnaa; wa kaana amram maqdiyyaa

قَصِيًّا مَكَانًا بِهِ فَٱنتَبَذَتْ فَحَمَلَتْهُ

19:22

Fahamalat hu fantabazat bihee makaanan qasiyyaa

(B) MIMBA YA YESU SIKU ZILITIMIA

Luka 2:6-7 "ikawa, katika kukaa huko, siku zake za kuzaa zikatimia, akamzaa mwanawe, kifungua mimba, akamvika nguo za kitoto, akamlaza katika hori ya kulia ng'ombe kwa sababu hawakupata nafasi katika nyumba ya wageni"

NB: Mwezi wa sita uliotajwa katika Luka 1:26 ni mwezi wenye kuelezea umri wa mimba ya Yohana ndani ya tumbo la Elizabethi. Luka 1: 36 "Tena tazama jamaa yako Elizabeti naye amechukua mimba ya mtoto mwanamume katika uzee wake; na mwezi huu ni wa sita kwake yeye aliyeitwa tasa"

NB: Hori iliyotajwa hapa,ina maana ya chombo cha kulishia wanyama kinachokuwa ndani ya zizi. Kwa Kiyunani (Kigiriki) ambayo ndiyo lugha iliyotumika kuandikia Agano Jipya, chombo hicho kinaitwa "Fatne" kwa Kiingereza kinaitwa "a manger"

(A) ISA (A.S) ATAKAPORUDI ATAKUJA KUVUNJA MISALABA NA KUUA NGURUWE

Mkweli Mwaminifu, Juzuu 3-4, uk.20, Hadithi na. 753 "Haisimami saa ya (kiyama) mpaka akuteremkieni nabii Isa (a.s) mwana wa Maryamu atahukumu (kwa sheria ya Kiislamu) (na) muadilifu, basi atavunja misalaba (ya Wakristo Makanisani) na ataua nguruwe, na ataondosha fedheha au (aibu), na mali itazidi kuwa nyingi sana mpaka hataikubali (ataikataa) mtu (kwa kuogopa kiyama)". Soma pia katika Sahihi Bukhar, vol. 3, Hadithi na 425, Al-Lu'lu'war-Marjan, juzuu ya 1, Hadithi na 95 uk.51. The Noble Qur'an uk.757

(B)YESU KRISTO ATAKAPORUDI ATAWATUMA MALAIKA ZAKE KUWAKUSANYA WATAKATIFU

Luka 24:30-31 "ndipo itakapoonekana ishara ya mwana wa Adamu mbinguni; ndipo mataifa yote ya ulimwengu watakapoomboleza, nao watamwona mwana wa Adamu akija juu ya mawingu ya mbinguni pamoja na nguvu na utukufu mwingi, naye atawatuma malaika zake pamoja na sauti kuu ya parapanda, nao watawakusanya wateule wake toka pepo nne toka mwisho huu wa mbingu mpaka mwisho huu."

ONYO LA YESU KRISTO WA NAZARETH

Mathayo 24:24 "kwa maana watatokea makristo wa uongo, na manabii wa uongo nao watatoa ishara kubwa na maajabu; wapate kuwapoteza, kama yamkini hata walio wateule." (Angalia pia Marko 13:22)

Yohana 8:24 "Kwa hiyo naliwambieni ya kwamba mtakufa katika dhambi zenu; kwa sababu msiposadiki ya kuwa mimi ndiye mtakufa katika dhambi zenu.

SOMO LA NANE

Yesu ni Mwana wa Mungu maana yake nini?

Wanadhuoni wa Kiislam pamoja na waumini wa dini ya Kiislam huwa wanauliza na kusema kwa Wakristo yafuatayo:
1. Kivipi Yesu ni Mwana wa Mungu?
2. Mungu atakuwaje na Mwana bila ya Mke.
KIVIPI YESU NI MWANA WA MUNGU?

Yesu Kristo si Mwana wa Mungu kulingana na ubaba wa kawaida wa binadamu, nikimaanisha kuwa Mungu hakuoa na kupata mwana wa kiume. Nikiwa na maanisha kuwa, Mungu hakufanya tendo la ndoa na Maria, na pamoja naye kuzaa mtoto wa kiume ambaye anaitwa Yesu, la hasha.

1 Yohana Mlango wa 5 aya 1 Kila mtu aaminiye kwamba Yesu ni Kristo amezaliwa na Mungu. Na kila mtu ampendaye mwenye kuzaa, ampenda hata yeye aliyezaliwa na yeye.

MUNGU ATAKUWAJE NA MWANA BILA YA MKE?

Yesu ni Mungu katika hali kwamba ni Mungu anajithirihisha katika mwili. (Yohana 1:1, 14) Yesu ni Mwana wa Mungu kwa dhana kwamba Maria alipata mimba kupitia Roho Mtakatifu ambaye ni Mungu. *Luka 1:35 yasema, "Malaika akajibu akamwambia, Roho Mtakatifu atakujilia juu yako, na nguvu zake Aliye juu zitakufunika kama kivuli; kwa sababu hiyo hicho kitakachozaliwa kitaitwa kitakatifu, MWANA WA MUNGU."*

Mariamu aliambiwa na Malaika kuwa, Mtoto atakaye zaliwa atakuwa Matakatifu na ataitwa MWANA WA MUNGU. Huu ushahidi upo kwenye Luka 1:35.

Yesu alikubali kuwa yeye ni Mwana wa Mungu alipo kuwa mbele ya Kuhani Mkuu

Wakati wa kujaribiwa kwake mbele ya viongozi wa Kiyahudi, kuhani mkuu alimtaka Yesu, "Nakuapisha kwa Mungu aliye hai, utuambie kama wewe ndiwe Kristo, MWANA WA MUNGU" (Mathayo 26:63). [NOTE: YESU HAKUKATAA ALIPO ITWA MWANA WA MUNGU NA KUHANI MKUU, SOMA JIBU LAKE]

"Yesu akamwambia wewe umesema,' Yesu akamwambia, wewe

umesema; lakini nawaambieni, Tangu sasa mtamwona Mwana wa Adamu ameketi mkono wa kuume wa nguvu, akija juu ya mawingu ya mbinguni" (Mathayo 26:64) *viongozi wa Kiyahudi walimdhania kwa kukufuru* (Mathayo 26:65-66).

WAYAHUDI WANAKIRI KUWA YESU AMEKUBALI KUWA YEYE NI MWANA WA MUNGU

Baadaye mbele ya Pilato, "Wayahudi wakamjibu, Sisi tunayo sheria, na kwa sheria hiyo amestahili kufa, kwa sababu alijifanya kuwa Mwana wa Mungu" Yohana 19:7) [KWENYE HIYO AYA YA YOHANA 19:7, WAYAHUDI WANAKIRI KUWA YESU AMEKUBALI KUWA YEYE NI MWANA WA MUNGU] ni kwa nini makisio yake kuwa Mwana wa Mungu yachukuliwe kuwa kufuru na astahili hukumu ya kifo?

Wayahudi wilielewa vizuri sana, nini Yesu alimaanisha kwa maneno haya "Mwana wa Mungu" kuwa Mwana wa Mungu ni kuwa hali moja na Mungu. Mwana wa Mungu "wa Mungu" kusema uko katika hali sawa na Mungu-hakika kuwa Mungu- kulikuwa sawa na kukufuru kwa viongozi wa Kiyahudi; kwa hivyo walimtaka Yesu auwawe, kulingana na Mambo ya Nyakati 24:15. Waebrania 1:3 inadhihirisha haya wazi, "Yeye kwa kuwa ni mng'ao wa utukufu wake, akiisha kufanya utakaso wa dhambi, aliketi mkono wa kuume wa Ukuu huko juu."

Mfano mwingine unaweza patikana katika Yohana 17:12 mahali Yuda anaelezwa kama mwana wa "upotevu"? jina upotevu lamaanisha "uharibivu" Yuda hakuwa mwana wa uharibivu, lakini mambo hayo ndio ya kutambulisha maisha ya Yuda. Yuda anadhihirisha upotevu. Vile vile Yesu mwana wa Mungu. Ni Mungu anajidhihirisha (Yohana 1:1,14).

Hii mada inatufundisha maana ya Yesu ni Mwana wa Mungu, Swali ambalo limekuwa likiulizwa na Waislam kila siku. Leo wamesha pata jibu thabiti tena lenye ushahidi wa aya za Biblia.

Hakika Yesu ni Mwana wa Mungu

YESU NI MUNGU KATIKA MWILI

Yohana 1:1 inasema "Neno alikuwa Mungu". Yohana 1:14 inasema "Neno akafanyika mwili." Hii inaonyesha wazi ya kwamba Yesu ni Mungu katika mwili. Matendo 20:28 inatuambia, "…Muwe wachungaji wa kanisa la Mungu, alilolinunua kwa damu yake mwenyewe," Ni nani aliyelinunua kanisa kwa damu yake mwenyewe? Yesu kristo. Matendo 20:28 inasema ya kwamba Mungu alilinunua kanisa kwa damu yake mwenyewe. Kwa hivyo Yesu ni Mungu!

YESU ALIKUBALI KUITWA MUNGU NA WANAFUNZI WAKE

Tomaso mwanafunzi wa Yesu alisema kuhusu Yesu, "Bwana na Mungu wangu" (Yohana 20:28). Yesu hamsahihishi kwa kuyasema haya. Tito 2:13 inatuhimiza kusuburi kurudi kwa Mungu wetu na mwokozi – Yesu kristo (Pia tazama petro wa pili 1:1). Waebrania 1:8, Baba asema juu ya Yesu, "Lakini juu ya mwana asema haya, "Na Kiti chako cha enzi, wewe Mungu, Kitadumu milele, na haki itakuwa fimbo ya ufalme wako."

MALAIKA WANAMWABUDU YESU

Katika kitabu cha ufunuo wa Yohana, Malaika alimwamuru mtume Yohana kumuabudu Mungu tu (ufunuo wa Yohana 19: 10). Mra nyingi Yesu katika maandiko aabudiwa (Mathayo 2;11; 14:33; 28:9,17; Luka 24:52; Yohana 9:38). Hakemei watu kwa kumuabudu. Kama Yesu hakuwa Mungu, angewaambia watu wasimuabudu, kama vile malaika alivyofanya. Kuna aya nyingi za maandiko zinazoshuhudia ya kwamba Yesu ni Mungu.

Yesu Kristo hakuwa Kafiri kama Waislam wanavyo waita Wakristo

Quran inasema! Surat At-Tawbah

Ayah: 30

وَقَالَتِ ٱلْيَهُودُ عُزَيْرٌ ٱبْنُ ٱللَّهِ وَقَالَتِ ٱلنَّصَٰرَى ٱلْمَسِيحُ ٱبْنُ ٱللَّهِ ذَٰلِكَ قَوْلُهُم بِأَفْوَٰهِهِمْ يُضَٰهِـُٔونَ قَوْلَ ٱلَّذِينَ كَفَرُوا۟ مِن قَبْلُ قَٰتَلَهُمُ ٱللَّهُ أَنَّىٰ يُؤْفَكُونَ

Na Mayahudi wanasema: Uzeir ni mwana wa Mungu. Na Wakristo wanasema: Masihi ni mwana wa Mungu. Hiyo ndiyo kauli yao kwa vinywa vyao. Wanayaiga maneno ya walio kufuru kabla yao. Mwenyezi Mungu awaangamize! Wanageuzwa namna gani hawa!

Mayahudi wameacha Tawhidi, ya kumuamini Mwenyezi Mungu Mmoja pekee, na wakasema kuwa Uzair ni mwana wa Mungu! (Mayahudi wa Arabuni tu ndio walimfanya Uzair ni mwana wa Mungu.) Na Wakristo nao wakaacha Imani ya Mungu Mmoja vile vile, wakasema: Masihi ni mwana wa Mungu!! Na kauli yao hii ni ya uzushi, wanakariri kwa vinywa vyao, wala hayakuletwa hayo na Kitabu wala Mtume. Wala hawana hoja wala ushahidi wa hayo. Na katika haya wanafanana na maneno ya washirikina walio kuwa kabla yao! Mwenyezi Mungu amewalaani makafiri hawa, na atawaangamiza! Ama ajabu watu hawa!

Vipi wanaipotea Haki nayo ni dhaahiri inaonekana, na wanakwenda kufuata upotovu!! Uzair ndiye Ezra, Kuhani katika ukoo wa Harun. Alitoka Babilonia walipo rejea Mayahudi mara ya pili, baada ya kufa Mtume wa Mwenyezi Mungu Musa, a.s. kwa kiasi ya miaka elfu. Na huyo Uzair akiitwa "Katibu" kwa kuwa alikuwa akiandika Sharia ya Musa. Angalia: Uzair pamoja na Mayahudi wengine walitoka huko Babilonia kwendea Yerusalemu katika mwaka 456 K.K. (Kabla ya Kristo) katika enzi ya Arikhtisna, Mfalme wa Iran baada ya kuteketezwa Yerusalemu na kuunguzwa Baitul Muqaddas na kunajisiwa kwa muda mrefu

Muislamu ukisoma aya hii moja kwa moja unaamini kuwa Wakristo ni Makafiri kwa kusema kuwa Masihi Yesu ni Mwana wa Mungu! unaamini kabisa kuwa hayo maneno ya kusema kuwa Yesu ni Mwana wa Mungu, tunayosema sisi kwa vinywa vyetu yaani sisi ndo tumebuni, hivyo unatuona sisi ni Makafiri! tena unafurahia ujio wa Quran kuwa umekuja kwa ajili ya **Surat** Al-Kahf

Ayah: 4

$$\text{وَلَدًا ٱللَّهُ ٱتَّخَذَ قَالُوا۟ ٱلَّذِينَ وَيُنذِرَ}$$

Na kiwaonye wanao nena: Mwenyezi Mungu ana mwana.

Na kiwaonye kwa njia makhsusi wale walio msingizia Mwenyezi Mungu kuwa ana mwana, na hali Yeye ametakasika kuwa kama viumbe, akawa mwenye kuzaa au akazaliwa mtoto wake.

Ayah: 5

$$\text{كَذِبًا إِلَّا يَقُولُونَ إِن أَفْوَٰهِهِمْ مِنْ تَخْرُجُ كَلِمَةً كَبُرَتْ لِأَبَآئِهِمْ وَلَا عِلْمٍ مِنْ بِهِ مِنْ لَهُم مَّا}$$

Wao hawana ujuzi wa jambo hili, wala baba zao. Ni neno kuu hilo litokalo vinywani mwao. Hawasemi ila uwongo tu.

Wala wao hawana ujuzi wowote wa hayo wala baba zao hawakuwa nao huo. Ni uzushi mkubwa mno huu wa kutoa neno hili vinywani mwao! Wayasemayo ni uzushi, na wala hapana uzushi mkubwa kushinda huu.

Nawe unaamini fika kuwa Quran imekuja kwa ajili ya kuwaonya Wakristo kwa sababu wanasema kwa vinywa vyao kuwa Mwenyezi Mungu ana mwana, nawe bila kuzinduka uangalie kama kuna usahihi wa jambo hilo unakurupuka na kuanza kusema kuwa, Wakristo ni Makafiri, LEO naomba nikuzindue ili kama unapenda kwenda kwenye UFALME WA MUNGU, basi uungane nami leo.

Je, ni kweli Wakristo wanasema kwa vinywa vyao kuwa Yesu ni Mwana wa Mungu?

Hili ni Swali la msingi sana mtu kujiuliza, kabla ya kuamini kuwa Wakristo wanasema kwa vinywa vyao na kuwaona ni makafiri (wenye kwenda kinyume na Mungu) kabla Wakristo hawajapatikana, na Yesu ambaye ndiye chimbuko la Wakristo hajazaliwa, Malaika alisema.

Luka 1:30 Malaika akamwambia, Usiogope, Maria, kwa maana umepata neema kwa Mungu.

31 Tazama, utachukua mimba na kuzaa mtoto mwanamume; na jina lake utamwita Yesu.

32 Huyo atakuwa mkuu, ataitwa Mwana wa Aliye juu, na Bwana Mungu atampa kiti cha enzi cha Daudi, baba yake.

33 Ataimiliki nyumba ya Yakobo hata milele, na ufalme wake utakuwa hauna mwisho.

34 Maria akamwambia malaika, Litakuwaje neno hili, maana sijui mume?

35 Malaika akajibu akamwambia, Roho Mtakatifu atakujilia juu yako, na nguvu zake Aliye juu zitakufunika kama kivuli; kwa sababu hiyo hicho kitakachozaliwa kitaitwa kitakatifu, Mwana wa Mungu.

Malaika ndiye aliyeanza kutangaza kuwa Yesu akizaliwa huyo ataitwa Mwana wa Mungu, na siyo Wakristo (wafuasi wa Kristo) kama ilivyosema Quran na hata Mungu mwenyewe alithibitisha kuwa Yesu kweli ni Mwana wake.

Mathayo 17:1 Na baada ya siku sita Yesu akawatwaa Petro, na Yakobo, na Yohana nduguye, akawaleta juu ya mlima mrefu faraghani;

2 akageuka sura yake mbele yao; uso wake ukang'aa kama jua, mavazi yake yakawa meupe kama nuru.

3 Na tazama, wakatokewa na Musa na Eliya, wakizungumza naye.

4 Petro akajibu akamwambia Yesu, Bwana, ni vizuri sisi kuwapo hapa; ukitaka, nitafanya hapa vibanda vitatu, kimoja chako wewe, na kimoja cha Musa, na kimoja cha Eliya.

5 Alipokuwa katika kusema, tazama, wingu jeupe likawatia uvuli; na tazama, sauti ikatoka katika lile wingu, ikasema, Huyu ni Mwanangu, mpendwa wangu, ninayependezwa naye; msikieni yeye.

6 Na wale wanafunzi waliposikia, walianguka kifulifuli, wakaogopa sana.

Mungu anathibitisha mbele ya wanafunzi wa Yesu kuwa Yesu ni Mwanae, Muislamu Jiulize, Je! Malaika na Mungu hao ni Wakristo? Je! Mungu anaweza kuwa kafiri yeye na malaika wake? Pia Isitoshe Yesu mwenyewe alithibitisha kuwa yeye ni Mwana wa Mungu,

Yohana 9:35 Yesu akasikia kwamba wamemtoa nje; naye alipomwona alisema, Wewe wamwamini Mwana wa Mungu?

36 Naye akajibu akasema, Ni nani, Bwana, nipate kumwamini?

37 Yesu akamwambia, Umemwona, naye anayesema nawe ndiye.

38 Akasema, Naamini, Bwana. Akamsujudia.

Hivi kweli Yesu anaweza kuwa Kafiri? Maana yeye ndiye anawadhihirishia Wakristo kuwa yeye ni Mwana wa Mungu, na Mkristo aitwae Petro alipotambua kuwa Yesu ni Mwana wa Mungu na kusema, Yesu alisema kuwa hakusema kwa akili zake.

Mathayo 16:13 Basi Yesu akaenda pande za Kaisaria-Filipi, akawauliza wanafunzi wake akasema, Watu hunena Mwana wa Adamu kuwa ni nani?

14 Wakasema, Wengine hunena u Yohana Mbatizaji, wengine Eliya, wengine Yeremia au mmojawapo wa manabii.

15 Akawaambia, Nanyi mwaninena mimi kuwa ni nani?

16 Simoni Petro akajibu akasema, Wewe ndiwe Kristo, Mwana wa Mungu aliye hai.

17 Yesu akajibu, akamwambia, Heri wewe Simoni Bar-yona; kwa kuwa mwili na damu havikukufunulia hili, bali Baba yangu aliye mbinguni.

Ikiwa tu kusema kuwa Yesu ni Mwana wa Mungu ni ufunuo kutoka kwa Mungu ni vipi Waislamu waamini kuwa Wakristo ni Makafiri kwa kusema kuwa Yesu ni Mwana wa Mungu? Muhammad alitumia njia hiyo ili kuwafanya wawe wagumu kuipokea Injili, wakiamini ukiwa Mkristo ukasema Yesu ni Mwana wa Mungu basi wewe unakuwa kafiri, kitu ambacho siyo kweli, bali unakuwa kafiri kwa kuendelea kubaki kwenye Uislamu kwa ushahidi wa maandiko haya

Nehemia 5:8 Nikawaambia, Sisi kwa kadiri ya uwezo wetu tumewakomboa ndugu zetu Wayahudi, waliouzwa kwa makafiri; na ninyi mnataka kuwauza ndugu zenu, tena kuwauza ili sisi tuwanunue? Wakanyamaza kimya, wasiweze kusema neno lo lote.

9 Tena nalisema, Neno hili mnalolitenda si jema; je! Haiwapasi ninyi kwenda katika kicho cha Mungu wetu, kwa sababu ya mashutumu ya makafiri adui zetu?

Biblia imeweka wazi kabisa kuwa, Kabla hawajapatikana Wakristo, makafiri walikuwepo, na makafiri hao ni maadui wa

Wayahudi, yeyote ambaye alijitangaza kuwa yeye ni adui wa Wayahudi huyo alihesabika kuwa ni Kafiri. Walipokuja kupatikana Wakristo walio nje na Wayahudi wao na Wayahudi waliompokea Yesu wakafanyika wamoja.

Wagalatia 3:26 Kwa kuwa ninyi nyote mmekuwa wana wa Mungu kwa njia ya imani katika Kristo Yesu.
27 Maana ninyi nyote mliobatizwa katika Kristo mmemvaa Kristo.

28 Hapana Myahudi wala Myunani. Hapana mtumwa wala huru. Hapana mtu mume wala mtu mke. Maana ninyi nyote mmekuwa mmoja katika Kristo Yesu.

29 Na kama ninyi ni wa Kristo, basi, mmekuwa uzao wa Ibrahimu, na warithi sawasawa na ahadi.

Wakristo wasiokuwa Wayahudi hawakufanyika Makafiri kwa sababu wao hawakuwa na uadui na Wayahudi, lakini alivyokuja Muhammad akaweka wazi kuwa, Wayahudi ni maadui wa Waislamu

Al-Maaida Ayah: 82

مَّوَدَّةً أَقْرَبَهُم وَلَتَجِدَنَّ أَشْرَكُوا۟ وَٱلَّذِينَ ٱلْيَهُودَ ءَامَنُوا۟ لِّلَّذِينَ عَدَٰوَةً ٱلنَّاسِ أَشَدَّ لَتَجِدَنَّ ۞
يَسْتَكْبِرُونَ لَا وَأَنَّهُمْ وَرُهْبَانًا قِسِّيسِينَ مِنْهُم بِأَنَّ ذَٰلِكَ نَصَٰرَىٰٓ إِنَّا قَالُوٓا۟ ٱلَّذِينَ ءَامَنُوا۟ لِّلَّذِينَ

Hakika utawakuta walio shadidi kuliko watu wote katika uadui kwa walio amini ni Mayahudi na washirikina. Na utawakuta walio karibu mno kwa mapenzi ni wale wanao sema: Sisi ni Manasara. Hayo ni kwa sababu wapo miongoni mwao makasisi na wamonaki, na kwa sababu wao hawafanyi kiburi.

Ewe Nabii! Tunakuhakikishia ya kwamba utaona hapana watu wanao kuchukia na kukubughudhi wewe na wanao kuamini kama Mayahudi na hawa wanao mshirikisha Mwenyezi Mungu katika ibada. Na utawakuta walio karibu mno nawe kwa mapenzi ni wafwasi wa Isa, walio jiita wenyewe "Manasara". Kwa sababu wamo miongoni mwao makasisi wanao ijua dini yao, na marahibu (mamonaki) wat'awa, wanao mcha Mola Mlezi, na kuwa wao hawana kiburi cha kuwazuia wasisikie Haki. (Na haya yameonakana kuwa Waislamu wengi duniani asili yao walikuwa Manasara, Wakristo. Wao wakisha pata fursa ya kuufahamu Uislamu huufuata, lakini ni wachache miongoni mwa Mayahudi walio silimu. Kinacho wazuia ni kiburi. Lakini walio silimu basi wamekuwa Waislamu wakubwa.)

Waislamu mnaambiwa kuwa walio maadui 59aidi kwenu ni mayahudi (Wayahudi) na Nehemia 5:8-9 Imesema kuwa Maadui wa Wayahudi ni Makafiri, Swali la kujiuliza ninyi kufanya kwenu uadui na Wayahudi mtakuwa nani? Na Mungu anajua fika kuwa, Kuna Wayahudi na kuna Makafiri ambao ni maadui zao!

Ezekiel 34:28 Hawatakuwa mateka ya makafiri tena, wala mnyama wa nchi hatawala; bali watakaa salama salimini, wala hapana mtu atakayewatia hofu.

29 Nami nitawainulia miche iwe sifa njema, wala hawataangamizwa kwa njaa katika nchi yao tena, wala hawatachukua tena aibu ya makafiri.

30 Nao watajua ya kuwa mimi, BWANA, Mungu wao, ni pamoja nao, na ya kuwa wao, nyumba ya Israeli, ni watu wangu, asema BWANA MUNGU.

Na Mungu alivyosema hayo baada ya kusikia kilio cha watu wake Wayahudi dhidi ya Makafiri adui zao, Pale walipo mlilia MUNGU aweze kuwakomboa na kurejesha mali zao kutoka kwa Makafiri.

Maombolezo 5:1 Ee BWANA, kumbuka yaliyotupata; Utazame na kuiona aibu yetu.

2 Urithi wetu umegeuka kuwa mali ya wageni; Na nyumba zetu kuwa mali ya makafiri.

3 Tumekuwa yatima waliofiwa na baba; Mama zetu wamekuwa kama wajane.

ikiwa Mungu wa kweli, kabla hajakuwepo Quran, anajua fika kuwa Maadui wa Wayahudi ni makafiri, na ninyi waislamu mnazuiliwa kufanya urafiki na Wayahudi,

Al-Maaida Ayah: 51

وَمَن بَعْضٍ أَوْلِيَآءُ بَعْضُهُمْ أَوْلِيَآءَ وَٱلنَّصَـٰرَىٰ ٱلْيَهُودَ تَتَّخِذُوٓاْ لَا ءَامَنُواْ ٱلَّذِينَ يَـٰٓأَيُّهَا ۞ ٱلظَّـٰلِمِينَ ٱلْقَوْمَ يَهْدِي لَا ٱللَّهَ إِنَّ مِنْهُمْ فَإِنَّهُ مِنكُمْ يَتَوَلَّهُم

Enyi mlio amini! Msiwafanye Mayahudi na Wakristo kuwa ni marafiki. Wao ni marafiki wao kwa wao. Na miongoni mwenu mwenye kufanya urafiki nao, basi huyo ni katika wao. Hakika Mwenyezi Mungu hawaongoi watu wenye kudhulumu.

Enyi mlio amini! Si halali kwenu kuwachukua Mayahudi na Wakristo mkawafanya ndio marafiki zenu. Wao hao ni sawa sawa katika kukufanyieni uadui. Na mwenye kufanya urafiki nao, basi ni kundi moja nao. Na hakika Mwenyezi Mungu hawaongoi wanao jidhulumu nafsi zao kwa kufanya urafiki na makafiri.

Hamjazinduka tu na kujua kuwa mmeingizwa kwenye Ukafiri kwa kuweka uadui na Wayahudi? Kama mlikuwa hamjazinduka basi Leo zindukeni, huwi kafiri kwa kusema Yesu ni Mwana wa Mungu, wala ukiamini kuwa Yesu ni Mwana wa Mungu, huwi kafiri kama Quran isemavyo.

Surat Maryam

Ayah: 88

وَلَدًا ٱلرَّحْمَٰنُ ٱتَّخَذَ وَقَالُوا۟

Na wao ati husema kuwa Arrahmani Mwingi wa Rehema ana mwana!

Bali utapata uzima wa milele kwa kuamini kuwa Yesu ni Mwana wa Mungu.

Yohana 3:16 Kwa maana jinsi hii Mungu aliupenda ulimwengu, hata akamtoa Mwanawe pekee, ili kila mtu amwaminiye asipotee, bali awe na uzima wa milele.

17 Maana Mungu hakumtuma Mwana ulimwenguni ili auhukumu ulimwengu, bali ulimwengu uokolewe katika yeye.

18 Amwaminiye yeye hahukumiwi; asiyeamini amekwisha kuhukumiwa; kwa sababu hakuliamini jina la Mwana pekee wa Mungu.

Hivyo ukimwamini Mwana wa Mungu, jua kwamba uhukumiwi, usipoamini utahukumiwa kwa sababu hukuliamini jina pekee la Mwana wa Mungu, na Yesu akazidi kusisitiza kuwa,

Yohana 3:36 Amwaminiye Mwana yuna uzima wa milele; asiyemwamini Mwana hataona uzima, bali ghadhabu ya Mungu inamkalia.

Muhammadi amewataka ninyi mtembee kwenye ghadhabu ya Mungu, kwa sababu anajua fika kuwa yeye mwenyewe hatima yake juu ya ufalme wa Mungu hajui itakuwaje!

Surat Al-Ahqaf

Ayah: 9

وَمَآ إِلَيَّ يُوحَىٰٓ إِلَّا مَآ أَتَّبِعُ إِنْ بِكُمْ وَلَا بِي يُفْعَلُ مَا أَدْرِي وَمَآ ٱلرُّسُلِ مِنَ بِدْعًا كُنتُ مَا قُلْ مُّبِينٌ نَذِيرٌ إِلَّا أَنَا۠

Mimi si kiroja miongoni mwa Mitume. Wala sijui nitakavyo fanywa wala nyinyi. Mimi nafuata niliyo funuliwa tu kwa Wahyi, wala mimi si chochote ila ni mwonyaji mwenye kudhihirisha wazi.

Waambie: Mimi sikuwa Mtume wa mwanzo kutoka kwa Mwenyezi Mungu, hata ndio muukatae ujumbe wangu. Wala mimi sijui Mwenyezi Mungu atanifanya nini na atakufanyeni nini nyinyi. Mimi sifuati ninayo sema au kutenda ila anayo nifunulia Mwenyezi Mungu. Wala mimi si chochote ila ni mwonyaji miongoni mwa waonyaji.

Kwa hivyo anataka muamini kwamba kusema Yesu ni Mwana wa Mungu ni kufuru, ili mwende katika moto wa milele, ZINDUKENI leo mtambue kuwa mtu hawi kafiri kwa kusema Yesu ni Mwana wa

Mungu. Ingekuwa ni kweli ni Ukafiri kusema hivyo basi haya aliyosema Muhammadi

Surat Maryam

Ayah: 89

إِذًا شَيْئًا جِئْتُمْ لَّقَدْ

Hakika mmeleta jambo la kuchusha mno!

Ayah: 90

هَدًّا ٱلْجِبَالُ وَتَخِرُّ ٱلْأَرْضُ وَتَنشَقُّ مِنْهُ يَتَفَطَّرْنَ ٱلسَّمَٰوَٰتُ تَكَادُ

Zinakaribia mbingu kutatuka kwa hilo, na ardhi kupasuka, na milima kuanguka vipande vipande

Jiulize ni zaidi ya miaka 1439 imepita ulishawahi kuona dalili za mbingu na aridhi kutatuka, na kupasuka na milima kuanguka vipandevipande kwa kusema Yesu ni Mwana wa Mungu? Basi ndio ujue kuwa siyo Ukafiri kusema Yesu ni mwana wa Mungu.

SOMO LA TISA

Wakati Quran inasema Isa Bin Mariam si chochote, Biblia inasema Yesu ana Mamlaka yote Mbinguni na Duniani

YESU ANAMAMLAKA YOTE MBINGUNI NA DUNIANI	ISA WA QURAN SI CHOCHOTE ILA NI MTUME TU
Luka 1:30-33 Malaika akamwambia, "Usiogope Mariamu kwa maana umepata neema kwa Mungu. Tazama utachukuwa mimba na kuzaa mtoto mwanamume; na jina lake utamwita Yesu. Huyu **atakuwa mkuu** ataitwa **Mwana wa Aliye juu**, na Bwana Mungu atampa kiti cha enzi cha Daudi baba yake. Atamiliki nyumba ya Yakobo hata milele **na ufalme wake utakuwa hauna mwisho.** Mathayo 28:18 Yesu akaja kwao akasema nao akawambia, "nimepewa mamlaka yote mbinguni na duniani. *Yesu kwa kinywa wake anakiri kuwa Mamlaka yote ya Mbinguni na duniani amepewa yeye*	Qurani 5:75 Suratul Al Maidah (Meza) Masihi bin Maryamu **"si chochote** ila mtume (tu)." (Na) bila shaka mitume wengi wamepita kabla yake (Hawajaona?) na mamake ni mwanamke mkweli (na) wote wawili walikuwa wakila chakula (na kwenda choo. Basi waungu gani wanaokula na kwenda choo?) Tazama jinsi tunavyo wabainishia aya, kisha tazama jinsi wanavyogeuzwa (kuacha haki). صِدِّيقَةٌ وَأُمُّهُ ٱلرُّسُلُ مِن قَبْلِهِ قَدْ خَلَتْ إِلَّا مَرْيَمَ ٱبْنُ ٱلْمَسِيحُ مَّا ٱلطَّعَامَ يَأْكُلَانِ كَانَا يُؤْفَكُونَ أَنَّىٰ ٱنظُرْ ثُمَّ ٱلْءَايَـٰتِ لَهُمُ نُبَيِّنُ كَيْفَ ٱنظُرْ <u>5:75</u> **Mal Maseehub nu Maryama illaa Rasoolun qad khalat min qablihir Rusulu wa ummuhoo siddeeqatun kaanaa yaa kulaanit ta'aam; unzur kaifa nubaiyinu lahumul Aayaati summan zur annaa yu'fakoon**

Kuna tofauti kubwa sana kati ya Isa wa Quran na Yesu wa Biblia. Quran inakiri kuwa Isa wake si chochote bali ni mtume tu.

ISA WA QURAN SI CHOCHOTE ILA NI MTUME TU

Quran inasimulia kuhusu Isa bin Marimu hivi.

Qurani 5:75 Suratul Al Maidah (Meza)

Masihi bin Maryamu "si chochote ila mtume (tu)." (Na) bila shaka mitume wengi wamepita kabla yake (Hawajaona?) na mamake ni mwanamke mkweli (na) wote wawili walikuwa wakila chakula (na kwenda choo. Basi waungu gani wanaokula na kwenda choo?) Tazama jinsi tunavyo wabainishia aya, kisha tazama jinsi wanavyogeuzwa (kuacha haki).

صِدِّيقَةٌ وَأُمُّهُ ٱلرُّسُلُ مِن قَبْلِهِ قَدْ خَلَتْ إِلَّا مَرْيَمَ ٱبْنُ ٱلْمَسِيحُ مَّا
يُؤْفَكُونَ أَنَّىٰ ٱنظُرْ ثُمَّ ٱلْءَايَـٰتِ لَهُمُ نُبَيِّنُ كَيْفَ ٱنظُرْ ٱلطَّعَامَ يَأْكُلَانِ كَانَا

<u>5:75</u>

Mal Maseehub nu Maryama illaa Rasoolun qad khalat min qablihir Rusulu wa ummuhoo siddeeqatun kaanaa yaa kulaanit ta'aam; unzur kaifa nubaiyinu lahumul Aayaati summan zur annaa yu'fakoon

Hapa tunaona Quran inasimulia kuwa masihi Isa si chochote ila mtume tu. Huu ndio mtego ambao Allah anautumia kwa Waislam, eti Isa ni Yesu na Yesu si chochote bali ni mtume tu. Ili kujua kama Allah anasema ukweli, lazima tulinganishe na maneno ya Biblia ambayo ndio yana mamlaka zaidi ya Quran na yalisemwa miaka 632 kabla ya Quran kuandikwa.

YESU ANAMAMLAKA YOTE MBINGUNI NA DUNIANI
Biblia inatuambia katika Injili kutokana na Mathayo kuwa:

Mathayo 28:18

Yesu akaja kwao akasema nao akawambia, "nimepewa mamlaka yote mbinguni na duniani.

Yesu kwa kinywa chake anakiri kuwa Mamlaka yote ya Mbinguni na duniani amepewa yeye na haya madai ni kinyume kabisa na madai ya Allah ambayo yanasema kuwa eti Yesu si chochote kile bali ni Nabii tu. Kumbuka Yesu alisema haya maneno takribani ya miaka 632 kabla ya Allah kuja na kudai kuwa Yesu si chochote kile. Sasa, Allah alikuwa wapi miaka yote hii 632? Kwanini Allah asinge sema haya madai kwenye Injili na akasubiri miaka 632 baadae? Hakika Isa wa Quran sio Yesu wa Biblia.

Malaika Gabrieli naye anashuhudia kuwa, Yesu ni Mkuu na Mwana aliye juu.

Luka 1:30-33
Malaika akamwambia, "Usiogope Mariamu kwa maana umepata neema kwa Mungu. Tazama utachukuwa mimba na kuzaa mtoto mwanamume; na jina lake utamwita Yesu. Huyu **atakuwa mkuu** *ataitwa* **Mwana wa Aliye juu***, na Bwana Mungu atampa kiti cha enzi cha Daudi baba yake. Atamiliki nyumba ya Yakobo hata milele* **na ufalme wake utakuwa hauna mwisho***.*

Yesu na yeye anaendelea kusema kuwa, Baba alimpa Mamlaka ya wote wenye Mwili na zaidi ya hapo Yesu anakiri kuwa anao utukufu kama wa Baba yake:

Yohana 17:1-2

Maneno hayo aliyasema Yesu, akainua mikono yake kuelekea mbinguni, akasema, Baba saa imekwisha kufika Mtukuze mwanao, ili Mwana wako naye akutukuze wewe; kama vile ulivyompa Mamlaka juu ya wote wenye mwili, ili kwamba wote uliompa awape uzima wa milele.

Warumi 14:9

Maana Kristo alikufa akawa hai tena kwa sababu hii awamiliki waliokufa na walio hai pia.

Ushahdi wa aya hizo hapo juu unatuambia kuwa Yesu ana mamlaka kwa watu wote wenye mwili na pia ni mfalme wa milele. Haya madai ni kinyume kabisa na madai ya Allah katika Quran kuwa eti Yesu Kristo *si chochote kile.*

Katika surah hii, tumejifuinza kwa mara nyingine tena kuwa Isa wa Quran sio Yesu wa Biblia kwa kuwa Isa wa Quran yeye si chochote ila ni mtume tu.

SOMO LA KUMI

Malaika Gabrieli aliyemtokea Mama Maria ni tofauti na Malaika Jibril aliye mtokea Mariam mama wa Isa

Tokea kuanzishwa Kwa dini ya Uislam, Waislamu duniani wanaamini na kuifundisha jamii kuwa Malaika aitwae 'Gabriel' Kama maandiko Matakatifu ya Biblia yanavyofundisha ndiye Malaika 'Jibril' Kama Quran inavyosimulia.

Swali la muhimu je ni kweli kuwa Malaika "Gabriel" ndiye "Jibril" nakusihi fuatilia somo hili ili kujua ukweli.

HOJA ZA WAISLAMU ZA KUAMINI KUWA MALAIKA GABRIEL NDIYE JIBRIL

Waislam wanalinganisha kwa kusoma aya za Quran na Biblia na kusema kuwa Malaika Gabriel ndiye Jibril wanasoma aya hizi.

Quran 19:16-17 Surat Maryam 16. Na mtaje Mariamu kitabuni (humu) alipojitenga na jamaa zake (akenda) mahali upande wa Mashariki (wa Msikiti) 17. Na akaweka pazia kujikinga nao. Tukampelekea muhuisha sharia yetu (jibril) - akajimithilisha kwake kwa sura ya Binadamu aliye kamili.

شَرْقِيًّا مَكَانًا أَهْلِهَا مِنْ ٱنتَبَذَتْ إِذِ مَرْيَمَ ٱلْكِتَـٰبِ فِى وَٱذْكُرْ

19:16

Wazkur fil Kitaabi Maryma; izin tabazat min ahlihaa makaanan sharqiyyaa

19:17

Fattakhazat min doonihim hijaaban fa arsalnaaa ilaihaa roohanaa fatamassala lahaa basharan sawiyyaa

Luka 1:26-28: 26. Mwezi wa sita, Malaika Gabriel alitumwa na Mungu kwenda mpaka mji wa Galilaya, jina lake Nazareti. 27. Kwa mwana mwali bikira aliyekuwa ameposwa na mtu jina lake Yusufu wa mbari ya Daudi. Na jina lake Bikira huyo ni Mariamu 28 Akaingia nyumbani kwake akasema, salamu uliyepewa Neema, Bwana yu pamoja nawe.

"Mbali na kusoma aya hizi, pia wanaendelea kusoma kitabu cha maisha ya nabii Muhammad kilichotungwa na aliyekuwa kadhi mkuu wa Kenya marehemu sheikh Abdallah Saleh Al-Farsy katika ule ukurasa wa 17 kifungu (A) kuna maneno haya...

NAMNA YA KULETWA WAHYI

Waislamu wanaitikadi kuwa Quran ni maneno ya Mwenyezi Mungu na vilevile Taurat ya nabii Musa na injili ya nabii Isa, na Zaburi ya nabii Daudi. Vyote pia ni vitabu vyenye maneno ya mwenyezi Mungu. Lakini Mungu haonekani Kwa macho wala hayupo

mahali mahsusi. Basi vipi hao mitume wamepata maneno haya?
Jawabu lake ni hili, wao hupata imani kwa Jibril Malaika Mkubwa
kuliko Malaika wote wa Mwenyezi Mungu.

*Quran 53:2-6 Suratul Najm (Nyota) 2. Kwamba mtu wenu huyu Nabii
Muhamad (hakupotea Kwa ujinga) na wala hakukosa (na hali ya kuwa anajua)
3. Wala hasemi Kwa matamanio (ya nafsi yake) 4. Hayakuwa haya (anayosema)
ila ni wahyi (ufunuo) uliofunuliwa (kwake) 5. Amemfundisha (malaika) mwenye
nguvu Sana 6. Mwenye uweza na yeye (huyu jibril) akalingana sawa sawa.*

غَوَىٰ وَمَا صَاحِبُكُمْ ضَلَّ مَا

53:2

Maa dalla saahibukum wa maa ghawaa

SAHIH INTERNATIONAL:
Your companion [Muhammad] has not strayed, nor has he erred,

أَلْهَوَىٰ عَنِ يَنطِقُ وَمَا

53:3

Wa maa yyantiqu 'anilhawaaa

SAHIH INTERNATIONAL:
Nor does he speak from [his own] inclination.

يُوحَىٰ وَحْيٌ إِلَّا هُوَ إِنْ

53:4

In huwa illaa Wahyuny yoohaa

SAHIH INTERNATIONAL:
It is not but a revelation revealed,

أَلْقُوَىٰ شَدِيدُ عَلَّمَهُ

53:5

'Allamahoo shadeedul quwaa

SAHIH INTERNATIONAL:
Taught to him by one intense in strength —

فَٱسْتَوَىٰ مِرَّةٍ ذُو

53:6

Zoo mirratin fastawaa

SAHIH INTERNATIONAL:
One of soundness. And he rose to [his] true form

Waislamu kwa kusoma aya hizi, wanaamini Malaika Gabriel
ndiye Jibril lakini aya hizi zinaonyesha tofauti kwani malaika Jibrili
alipelekwa na Allah ambaye sio Yehova aende kwa Mariamu ambaye
alikua Msikitini na Quran haikutaja mji wala nchi aliyoenda jibril, lakini
tunaona Biblia inafundisha kuwa, malaika Gabriel aliingia nyumbani
kwa Mariamu na tena Biblia inatufundisha kuwa ufunuo wa unabii

uliletwa kwa muongozo wa Roho Mtakatifu (2 Petro 1:20-21) na wala si malaika Jibril kama Quran inavyosimulia.

JE, MALAIKA NI VIUMBE WA NAMNA GANI?

Waebrania 1:13-14.13. Je, yuko malaika aliyemwambia wakati wowote uketi mkono wangu wa kuume hata nitakapo waweka adui zako chini ya nyayo zako? 14. Je, hao wote si "roho" watumikao walitumwa kuwahudumu wale watakao urithi wokovu?

Ni wazi tunaona kuwa malaika ni viumbe ambao ni nafsi ya roho ambao wanauwezo wa kuwajia watu kwa umbo la wanadamu (Mwanzo 18:1-19:12) kama tunavyoona walipomwendea Ibrahim na Lutu. Malaika alimwendea Musa katika sura ya kijiti kinacho waka bila kuteketea (kutoka 3:1-5)

JE, MALAIKA WOTE NI WEMA NA HAWAMKOSEI MUNGU?

Tukisoma Quran tunaona Allah anayeabudiwa na Waislamu anasimulia Malaika kuwa ni viumbe wenye sifa hii.

Quran 16:93 SURATUL AL-NAHL (NYUKI) Na Mwenyezi Mungu angalitaka kwa yakini angalikufanyeni "kundi moja tu" (mnamtii nyote kama alivyowafanya "Malaika" lakini kakuachieni mfanye mtakavyo) lakini anamuachia kupotea anayemtaka na anamuongoa anayemtaka na hakika mtaulizwa kwa yale mliokuwa mkifanya.

يَشَاءُ مَن وَيَهْدِى يَشَاءُ مَن يُضِلُّ وَلَـٰكِن وَٰحِدَةً أُمَّةً لَجَعَلَكُمُ ٱللَّهُ شَاءَ وَلَوْ تَعْمَلُونَ كُنتُمْ عَمَّا وَلَتُسْـَٔلُنَّ

16:93

Wa law shaaa'al laahu laja'alakum ummmatanw waahidatanw wa laakiny yudillu many-yashaaa'u wa yahdee many-yashaaa'; wa latus'alunna 'ammaa kuntum ta'maloon

Quran 32:13 SURAT AS-SAJDAH (KUSUJUDU) Na tungalitaka tungempa kila mtu uwongofu wake (Kwa lazima Kama tulivyowapa Malaika.

أَ وَٱلنَّاسِ ٱلْجِنَّةِ مِنَ جَهَنَّمَ لَأَمْلَأَنَّ مِنِّى ٱلْقَوْلُ حَقَّ وَلَـٰكِنْ هُدَىٰهَا نَفْسٍ كُلَّ لَءَاتَيْنَا شِئْنَا وَلَوْ جْمَعِينَ

32:13

Wa law shi'naa la-aatainaa kulla nafsin hudaahaa wa laakin haqqal qawlu minnee la amla'anna jahannama minal jinnati wannaasi ajma'een

UFAFANUZI WA AYA YA 13 ULIO NDANI YA QUR-AN NI HUU…

Angetaka mwenyezi Mungu angemuumba Binadamu Kama malaika hawezi kufanya mabaya, maumbile yake ni kufanya mema tu;

kwa hiyo halipwi kwa mema yake hayo kwani hayaonei taabu katika kufanya. Lakini binadamu ameumbwa Kwa uweza wa yote mawili sawasawa na raha yake zaidi ni kufanya mabaya.

Kadiri ya aya hizi Allah Mungu anayeabudiwa na Waislamu anasema kuwa malaika ni wema na hawawezi kufanya mabaya na wako kundi moja tu na wote wanamtii Allah. Lakini tukirejea kwa Biblia tunaona Mungu wetu Jehovah amefunulia mitume wake kuwa Malaika wako hivi…

2 Petro 2:4 Kwa maana Mungu hakuwaachia "malaika waliokosa" bali aliwatupa shimoni, akawatia katika vifungo vya giza walindwe hata ije siku ya hukumu.

Hao malaika waliokosa wapo chini ya ibilisi, mbali na hao waliokosa lakini pia wapo malaika wa namna hii…

Mathayo 25:31 Hapo atakapokuja Mwana wa Adamu, katika utukufu wake na Malaika watakatifu wote pamoja naye; ndipo atakapo keti katika kiti cha utukufu wake.

Kadri ya aya hizi tunaona wazi wazi kuwa Mungu wetu anafundisha makundi mawili ya malaika, wema (yaani Watakatifu) na wabaya (yaani waliokosa) Fundisho ambalo Allah halielezei kwani yeye Allah anasema malaika ni wema tu hawawezi kufanya mabaya "hali hii inatufundisha kuwa Allah siyo Yehova".

MAANA YA NENO GABRIEL

Neno au jina "Gabriel" asili yake ni lugha ya kiebrania na maana yake ni "Mjumbe wa Mungu" katika Biblia jina hili Gabriel limetajwa mara "nne" (4) (Tazama Danieli 8:16 na 9:21, Luka 1:19 na 1:26) kuhusu Malaika Gabriel mara nyingi Biblia inaonyesha kuwa Mungu anamtuma ili alete habari njema zinazohusu wokovu wa wanadamu na hutoa maneno ya kuwafariji wale aliowatokea akisema "usiogope"katika Biblia limetajwa mara (366) aidha tunaposoma Biblia tunaona pia Malaika huyu anaitwa Malaika wa Bwana (The angel of the Lord) Neno hili katika Biblia limetajwa mara (65) katika aya zipatazo (61) iwapo sehemu hizo zote zinahusika na Malaika Gabriel basi malaika huyo atakuwa ametajwa mara nyingi.

NAMNA YA KUJUA TOFAUTI YA MALAIKA GABRIEL NA JIBRIL

1 Timotheo 4:1 Basi Roho anena waziwazi ya kwamba nyakati za mwisho wengine watajitenga na imani WAKISIKILIZA roho zidanganyazo na mafundisho ya mashetani.

(Tazama pia Mathayo 7:15-20)

1 Yohana 4:1, 3, 15 1. Wapenzi msiamini kila roho, bali zijaribuni hizo roho, kwamba zimetokana na Mungu; Kwa sababu manabii wa uongo wengi wametokea duniani 3. Na "kila roho isiyomkiri Yesu" haitokani na Mungu. Na hii ndiyo roho ya mpinga Kristo, ambayo mmeisikia kwamba yaja, na sasa imekwisha kuwako duniani 15. Kila akiriye ya kuwa Yesu ni Mwana wa Mungu, Mungu hukaa ndani yake naye ndani ya Mungu.

Jambo la muhimu ni la kujaribu kati ya jibril na Gabriel ni nani aliye mkiri Yesu kuwa ni Mwana wa MUNGU endapo fundisho lao ni moja basi pia watakuwa siyo malaika wawili bali mmoja- wakitofautiana itakuwa siyo mmoja bali ni malaika wawili walio tofauti kabisa.

JE, CHEO CHA MALAIKA GABRIEL NI SAWA NA JIBRIL?

Malaika Gabriel aliyetumwa na Mungu Yehovah anasema hivi?

Malaika akajibu akamwambia Mimi ni Gabriel, nisimamaye mbele za Mungu, nimetumwa niseme nawe na kukupasha habari hizi njema (Tazama Luka 1:19)

Kwa mujibu wa ayah ii malaika Gabriel anaeleza kuwa husimama mbele za Mungu hivyo ni wazi kuwa cheo chake ni mjumbe asimamaye mbele ya Mungu. Je, malaika jibril anayetumwa na mungu aitwaye Allah cheo chake ni hiki hiki cha Gabrieli?

Quran 81:19-21 SURATUL AT-TAKWIR (JUA LITAKAPO KUNJWA KUNJWA)

19. Kwa hakika hii (Qurani) ni kauli aliyo kuja nayo mjumbe mtukufu (jibril) 20. Mwenye nguvu, mwenye cheo cha heshima kwa Mwenyezi Mungu 21. Anayeitiiwa huko (mbinguni na malaika wenziwe) kasha mwaminifu.

إِنَّهُ لَقَوْلُ رَسُولٍ كَرِيمٍ

81:19

Innahoo laqawlu rasoolin kareem

ذِى قُوَّةٍ عِندَ ذِى ٱلْعَرْشِ مَكِينٍ

81:20

Zee quwwatin 'inda zil 'arshi makeen

مُطَاعٍ ثَمَّ أَمِينٍ

81:21

Mutaa'in samma ameen

UFAFANUZI WA AYA YA 19-21 ULIO NDANI YA QUR-AN NI HUU…

Mjumbe mtukufu na mwenye kutiiwa huko mbinguni ni "Jibril" ambaye ndiye "Mkubwa wa Malaika wote."

JE, MALAIKA MKUU WA YEHOVA NI NANI?

Yuda 1:9 "Lakini Mikael Malaika "Mkuu" aliposhindana na

Ibilisi….. Katika ayah ii tunaona Mungu wetu tunayemwabudu wakristo aitwae Yehova malaika wake mkuu ni Mikaeli na Mungu anayeabudiwa na waislamu aitwaye Allah malaika wake mkuu ni Jibril. Hivyo Jibril siyo Gabriel. Tukirejea kwa malaika mkuu "Michael" hili ni jina lenye asili ya lugha ya "Kiebrania" na maana yake ni "Nani sawa na Mungu" hii kwa sababu ndiye aliyewaongoza malaika wenziwe kumpiga shetani na kumtoa kule mbinguni pale alipojikweza na kutaka kufanana na Mungu (Tazama Ufunuo 12:7-12 na Danieli 10:13,21 na12:2)

MAFUNDISHO YAO KUHUSU UWANA WA MUNGU.
(A) MALAIKA GABRIEL WA MUNGU YEHOVA ALIFUNDISHA HIVI.

Luka 1:26-35 Nanukuu aya ya 35 tu: Malaika akajibu akamwambia, Roho Mtakatifu atakujilia juu yako na nguvu zake aliye juu zitakufunika kama kivuli. Kwa sababu hicho kitakachozaliwa kitaitwa kitakatifu "Mwana wa Mungu"

(B) MALAIKA JIBRIL WA ALLAH ANASEMA HIVI.

Quran 18:4-5 SURATUL AL-KAHF (PANGO) 4. Na kiwaonye wale wanaosema "mwenyezi Mungu amejifanyia mtoto 5. Wala hawana ilimu juu ya (jambo) hili wala Baba zao (hawana ujuzi juu ya jambo hili ila wanajisemea tu) Ni neno kubwa hilo litokalo katika vinywa vyao hawasemi ila uwongo tu.

وَلَدًا ٱللَّهُ ٱتَّخَذَ قَالُوا۟ ٱلَّذِينَ وَيُنذِرَ

18:4

Wa yunziral lazeena qaalut takhazal laahu waladaa
SAHIH INTERNATIONAL:
And to warn those who say, "Allah has taken a son."

كَذِبًا إِلَّا يَقُولُونَ إِن أَفْوَٰهِهِمْ مِنْ تَخْرُجُ كَلِمَةً كَبُرَتْ لِأَبَآئِهِمْ وَلَا عِلْمٍ مِنْ بِهِ لَهُم مَّا
18:5

Maa lahum bihee min 'ilminw wa laa li aabaaa'ihim; kaburat kalimatan takhruju min afwaahihim; iny yaqooloona illaa kazibaa

Maneno haya aliyafundisha malaika Jibril (Quran 53:5-6) ni ya kumkufuru Mungu wetu Yehova (Tazama kutoka 4:22) Mungu anasema "Israeli ni Mwanangu Mimi" na Malaika wake Gabriel, alifundisha uwana wa Mungu.

MAFUNDISHO YAO KUHUSU ROHO MTAKATIFU

*Luka 1:34-35 "Malaika Gabriel anamwambia Mariam hivi…
34. Maria akamwambia malaika litakuaje neno hili maana sijui mume? 35. Malaika akajibu akamwambia Roho Mtakatifu atakujilia juu yako na nguvu*

zake aliye juu zitakufunika kama kivuli- Roho Mtakatifu ni Mungu (Matendo 5:3-4) Na wala siyo malaika ndio maana malaika alisema atakujilia.

Quran 16:102 SURATUL AL-NAHL (NYUKI) Sema Roho Takatifu yaani jibril ameiteremsha kutoka kwa mola wako kwa haki ili kuwathubutisha wale walio amini…

لِلْمُسْلِمِينَ وَبُشْرَىٰ وَهُدًى ءَامَنُوا۟ ٱلَّذِينَ لِيُثَبِّتَ بِٱلْحَقِّ رَبِّكَ مِن ٱلْقُدُسِ رُوحُ نَزَّلَهُ قُلْ

16:102

Qul nazzalahoo Roohul Qudusi mir Rabbika bilhaqqi liyusabbital lazeena aamanoo wa hudanw wa bushraa lilmuslimeen

Quran 2:87 SURATUL AL-BAQARAH (NG'OMBE) Na hakika tulimpa Musa kitabu na tukawafundisha mitume (wengine) Baada yake na tukampa Isa mwana wa Mariam hoja zilizo waziwazi na tukamtia nguvu kwa roho mtakatifu (Jibril)

وَأَيَّدْنَٰهُ ٱلْبَيِّنَٰتِ مَرْيَمَ ٱبْنَ عِيسَى وَءَاتَيْنَا بِٱلرُّسُلِ بَعْدِهِ مِنۢ وَقَفَّيْنَا ٱلْكِتَٰبَ مُوسَى ءَاتَيْنَا وَلَقَدْ وَفَرِيقًا كَذَّبْتُمْ فَفَرِيقًا ٱسْتَكْبَرْتُمْ أَنفُسُكُمُ تَهْوَىٰ لَا بِمَا رَسُولٌ جَآءَكُمْ أَفَكُلَّمَا ٱلْقُدُسِ بِرُوحِ تَقْتُلُونَ

2:87

Wa laqad aatainaa Moosal Kitaaba wa qaffainaa mim ba'dihee bir Rusuli wa aatainaa 'Eesab-na-Maryamal baiyinaati wa ayyadnaahu bi Roohil Qudus; afakullamaa jaaa'akum Rasoolum bimaa laa tahwaaa anfusukumus takbartum fafareeqan kazzabtum wa fareeqan taqtuloon

UFAFANUZI WA AYA YA 87 ULIO NDANI YA QURAN NI HUU

Kwa Waislamu Roho Mtakatifu ni "Malaika Jibril" si Yule wanaodai Wakristo kuwa ni mmoja wa asili ya utatu (Trinity).

Hapa tunaona malaika Gabriel hasemi kuwa yeye ndiye Roho Mtakatifu mahala popote lakini Jibril anasema eti, ndiye Roho Mtakatifu- hivyo Gabriel siyo Jibril.

JE, MALAIKA JIBRIL ALIPELEKA UTUME KWA WAYAHUDI?

Quran 2:97 SURATUL AL-BAQARAH (NG'OMBE) مَن قُلْ وَهُدًى يَدَيْهِ بَيْنَ لِمَا مُصَدِّقًا ٱللَّهِ بِإِذْنِ قَلْبِكَ عَلَىٰ نَزَّلَهُ فَإِنَّهُ لِجِبْرِيلَ عَدُوًّا كَانَ لِلْمُؤْمِنِينَ وَبُشْرَىٰ *Sema anayemfanyia ushinde jibril kwa kuwa ndiye aliyemletea utume nabii Muhammad (asiwapelekee wayahudi) (ni bure hana kosa Jibril) hakika yeye aliteremsha Quran moyoni mwako kwa idhini ya Mwenyezi Mungu.* UFAFANUZI WA AYA YA 97 ULIO NDANI YA QUR-AN NI HUU…

"Mayahudi katika hila zao za kumkataa mtume Muhammad walimwuliza "malaika gani anayekuletea wahyi? Mtume akasema "Jibril" wakasema "Lo! HUYO NI ADUI YETU, HATUMTAKI lau kuwa malaika mwingine ndiye anayekuletea wahyi (yaani ufunuo) tungekufuata. Jibrili hajapeleka utume Kwa wayahudi; Isitoshe malaika huyo Jibril anafundisha kuhusu wayahudi hivi....

Quran 5:82 SURATUL AL-MAIDAH. (MEZA YA CHAKULA)

مَّوَدَّةً أَقْرَبَهُم وَلَتَجِدَنَّ أَشْرَكُواْ وَٱلَّذِينَ ٱلْيَهُودَ ءَامَنُواْ لِّلَّذِينَ عَدَٰوَةً ٱلنَّاسِ أَشَدَّ لَتَجِدَنَّ ﴿۝﴾

يَسْتَكْبِرُونَ لَا وَأَنَّهُمْ وَرُهْبَانًا قِسِّيسِينَ مِنْهُم بِأَنَّ ذَٰلِكَ نَصَٰرَىٰ إِنَّا قَالُوٓاْ ٱلَّذِينَ ءَامَنُواْ لِّلَّذِينَ

"Hakika utawakuta walio "maadui" zaidi kuliko watu (wengine) kwa Maislam ni "Mayahudi" Na wale mushirikina."

Hapa tunaona Jibril anawafundisha Maislamu kuwa maadui zao zaidi ni wayahudi. Kuwa adui wa wayahudi ni kuwa adui wa wokovu kwani Bwana Yesu anatufundisha hivi...

Yohana 4:19-22 Nanukuu aya ya 22 tu

Ninyi mnaabudu msicho kijua, sisi tunaabudu tukijuacho kwa kuwa, "wokovu watoka kwa wayahudi."

Isitoshe manabii wote ni wayahudi kutoka kwa Musa, Daudi, Isaya, Ezekieli, Daniel, Hosea, Mika, Malaki, Yohana mbatizaji na hata Yesu.

SOMO LA KUMI NA MOJA

Je, namna Malaika Gabriel anavyotokea watu ni sawa na Jibril?

MALAIKA GABRIEL ALIVYOWATOKEA WATU ALIJITAMBULISHA	MALAIKA JIBRIL ALIVYOMTOKEA MUHAMMAD ALIMBANA MBAVU
Luka 1:19 Malaika akamjibu, "Mimi ni Gabrieli, nisimamaye mbele ya Mungu, na nimetumwa niseme nawe, nikuletee hii habari njema.Daniel 8:15-16 Au muhusika ambaye alimtokea hujulishwa kwanza Luka 1:13 Lakini malaika akamwambia, "Zakariya, usiogope, kwa maana sala yako imesikilizwa, na Elisabeti mkeo atakuzalia mtoto wa kiume, nawe utampa jina Yohane. ***Gabriel anamsadia mtu pale anapopatwa na hofu na anasema usiogope. Tabia za Malaika Gabriel ni huruma na Kumfahamisha mtu kwa upole, lakini Malaika Jibril wa Allah yeye humkamata, kumbana mtu, jambo lililompelekea Muhammad apate homa. Swali je, huyo Jibril ni nani?***	Hata siku moja- katika mwezi wa Ramadan mwezi 17 jumatatu katika mwaka wa 40 unusu wa umri wake- Mtume alimuona mtu kasimama mbele yake bila kumwona wapi katokea, akamwambia," soma" mtume akamjibu "Mimi sijui kusoma "kwani sijapata kujifundisha kusoma –**"Akaja akamkamata" akambana,** akamwambia tena "soma" Mtume akamjibu jawabu yake ile ile. Hata mara ya tatu akamwambia tena "soma –igraa Bismi rabbik" akamsomea sura hiyo ya 96 mpaka kati yake kasha mtume akaisoma kama alivyosomewa. Hii ndiyo sura ya kwanza kushuka katika Qurani.

(A) *Jibril Quran 19:16-26: 16. Na mtaje Mariam kitabuni (humu) alipojitenga na jamaa zake (akenda) mahali upande wa (mashariki wa msikiti) 17. Na akaweka pazia kujikinga Nao. Tukampelekea muhuisha sharia yetu (Jibril) - akajimithilisha kwake (Kwa sura ya) binadamu aliye kamili 18. (Mariamu) akasema hakika Mimi najikinga kwa (Mwenyezi Mungu) mwingi wa rehema aniepushe nawe. Ikiwa unamuogopa Mungu (basi ondoka nenda zako) 19. (Malaika) akasema hakika mimi ni mjumbe wa mola wako ili nikupe mwana mtakatifu 20. Akasema nitawezaje kupata mtoto, hali hajanigusa mwanamume (yeyote Kwa njia ya halali) wala mimi si (mwanamke) mwenye kuzini 21. (Malaika) akasema ni kama hivyo (unavyosema lakini mola wako amesema haya ni sahali kwangu ili tumfanye muujiza kwa wanadamu na rehema itokayo kwetu (ndio tumefanya hivi) na hili ni jambo lililokwisha kuhukumiwa 22. Basi akachukua mimba yake, na akaondoka nayo mpaka mahali pa mbali*

23. Kisha uchungu ukampeleka katika shina la mtende (akawa anazaa na huku) anasema," laiti ningekufa kabla ya haya ningekua niliye sahaulika kabisa 24. Mara ikamfikia sauti kutoka chini yake (inamwambia) "usihuzunike hakika mola wako amejalia (ameweka) kijito cha maji chini yako 25. Na litikise kwako shina la mtende litakuangushia tende nzuri zilizo mbivu 26. Basi ule na unywe na litue jicho lako.

(A) MALAIKA JIBRIL ALIVYOMTOKEA MUHAMMAD ALIFANYA HIVI…

Hata siku moja- katika mwezi wa Ramadan mwezi 17 Jumatatu katika mwaka wa 40 unusu wa umri wake- Mtume alimuona mtu kasimama mbele yake bila kumwona wapi katokea, akamwambia," soma" mtume akamjibu "Mimi sijui kusoma "kwani sijapata kujifundisha kusoma – "Akaja akamkamata" akambana, akamwambia tena "soma" Mtume akamjibu jawabu yake ile ile. Hata mara ya tatu akamwambia tena "soma –igraa Bismi rabbik" akamsomea sura hiyo ya 96 mpaka kati yake kasha mtume akaisoma kama alivyosomewa.

Hii ndiyo Surah ya kwanza kushuka katika Quran. Ingawa haijawekwa mwanzo. Mara Yule mtu (malaika) akaondoka machoni mwake-asimuone kenda wapi. Na mtume naye akarejea kwake-khofu ikamshika. Alipofika nyumbani bibi Khadija alidhani ana homa, akamfunika manguo gupi gupi na akakaa mbele yake akamsikiliza anavyoweweseka. Hata homa ilipomwachia alimweleza Bibi Khadija yote yaliyomtokea na Bibi Khadija akamtuliza moyo.Akamyakinisha ya kuwa hapana lolote baya litakalomzukia. Mara bibi huyu akaondoka akenda kwa jamaa yake-Bwana Waraga Bin Naufal-akampa habari yote iliyompata mumewe; naye akamwambie amwite, na mtume akenda akamweleza habari yake yote. Bwana Waraga akamwambia "huyo ndiye Jibril aliyemshukia Nabii Musa na Nabii Isa… Basi jibashirie kuwa wewe ni Mtume wa umma huu. Nami natamani kuwa hai nikuone unavyosimama kuwatengeneza jamaa zako inshallah nitakuwa mkono wako wa kulia wakarejea kwao na hofu yote imemtoka.

Habari hii inapatikana katika kitabu cha maisha ya Nabii Muhammad (S.A.W) mtungaji ni Sheikh Abdulla Saleh Farsy aliyekuwa Kadhi Mkuu wa Zanzibar baadaye akawa Kadhi Mkuu wa Kenya, katika ukurasa wa 16-17

(B) MALAIKA GABRIEL ALIVYOWATOKEA WATU ALIFANYA HIVI…

Luka 1:19 Malaika akamjibu, "Mimi ni Gabrieli, nisimamaye mbele ya Mungu, na nimetumwa niseme nawe, nikuletee hii habari njema.Daniel 8:15-

16 Au muhusika ambaye alimtokea hujulishwa kwanza

Luka 1:13 Lakini malaika akamwambia, "Zakariya, usiogope, kwa maana sala yako imesikilizwa, na Elisabeti mkeo atakuzalia mtoto wa kiume, nawe utampa jina Yohane.

Daniel 8:15-16 Ikawa mimi, naam, mimi Danieli, nilipoyaona maono hayo, nalitafuta kuyafahamu, na tazama, alisimama mbele yangu mmoja mfano wa mwanadamu. 16 Nikasikia sauti ya mwanadamu katikati ya mto Ulai, iliyoita na kusema, Gabrieli, mfahamishe mtu huyu maono haya.

Daniel 8:17-21 17 Basi alipakaribia mahali niliposimama; nami naliogopa alipokaribia, nikaanguka kifudifudi; lakini aliniambia, Fahamu, Ee mwanadamu, kwa maana maono haya ni ya wakati wa mwisho.

18 Basi alipokuwa akisema nami, nalishikwa na usingizi mzito na uso wangu uliielekea nchi; lakini alinigusa, akanisimamisha wima.

19 Akaniambia, Tazama, nitakujulisha yatakayokuwa wakati wa mwisho wa ghadhabu; maana, ni ya wakati wa mwisho ulioamriwa.

20 Yule kondoo mume uliyemwona, mwenye pembe mbili, hizo ndizo wafalme wa Umedi na Uajemi.

21 Na yule beberu, mwenye manyoya mengi, ni mfalme wa Uyunani; na ile pembe kubwa iliyo kati ya macho yake ni mfalme wa kwanza.

Gabriel anamsadia mtu pale anapopatwa na hofu na anasema usiogope. Tabia za malaika Gabriel ni huruma na Kumfahamisha mtu kwa upole, lakini malaika Jibril wa Allah yeye hukamata, kumbana mtu, jambo lililompelekea Muhammad apate homa. Swali je, huyo Jibril ni nani?

JE, ALLAH WA WAISLAMU ANAWATUMA VIUMBE GANI?

Quran 19:83 Suratul Maryam. أَلَمْ تَرَ أَنَّا أَرْسَلْنَا ٱلشَّيَٰطِينَ عَلَى ٱلْكَٰفِرِينَ تَؤُزُّهُمْ أَزًّا *Je, huoni yakwamba tumewatuma mashetani juu ya makafiri wanaowachochea (kufanya mabaya) 'Na namna hii tumemfanyia kila Nabii maadui (Nao ni) mashetani katika watu na (mashetani katika) majini. Baadhi yao wanawafunulia wenzi wao maneno ya kupambapamba ili kuwadanganya. (Quran 6:112 Suratul Al-An'am)*

SHETANI ANA UWEZO WA KUJIGEUZA AWE MFANO HUU…

2 Wakorintho 11:10-15, na nukuu aya ya 14 TU "Wala si ajabu maana shetani mwenyewe hujigeuza awe mfano wa Malaika wa nuru."

"Kila akiriye kuwa Yesu Ni Mwana WA Mungu, Mungu hukaa ndani yake, tena roho ya kukiri hivyo imetoka kwa Mungu (1 Yohana 4:1-3, 15). Malaika

Gabriel amekiri kuwa Yesu Ni Mwana wa Mungu, Jibril hakukiri hivyo "Luka 1:35" (Quran 9:30). Je, Jibril ni nani?
NINI MWISHO WA VIUMBE HIVYO ANAVYOVITUMA ALLAH

Allah hutuma mashetani, maandiko matakatifu ya Biblia yanatufundisha mwisho wa viumbe hao hivi;

Mathayo 25:41 "Bwana Yesu atawaamuru hivi…Kisha atawaambia na wale walioko mkono wake wa kushoto, ondokeni kwangu mliolaaniwa; mwende, katika moto wa milele, aliowekewa tayari Ibilisi na malaika zake.

Ndugu mpendwa ni matumaini yangu katika BWANA WETU YESU KRISTO kuwa umeweza kujua wazi wazi kuwa Malaika Gabriel wa Mungu wetu Yehova siyo Malaika Jibril wa Allah anayeabudiwa na Waislamu.

BWANA akubariki sana ueneze ujumbe huu kwa watu wa mataifa ili wamgeukie Bwana Yesu wapate kuokolewa.
Amina!

Leo tumejifunza kuwa Jibril wa kwenye Quran sio Gabriel wa kwenye Biblia.

SOMO LA KUMI NA MBILI

Yesu Kristo hakuwa Muislam kama Isa Bin Mariam

<table>
<tr><td>Yesu Kristo hakuwa Muislam kama Isa Bin Mariam</td></tr>
<tr><td>Yesu hakusema SHAHADA (La ilaha illallah)</td></tr>
<tr><td>*Yesu hakuwai kuomba na au kumwabudu "Allah", lakini kutokana na Biblia, Yesu aliomba kwa Baba yake, Yohana 17:1*</td></tr>
<tr><td>Yesu hakuwai kusujudu huku akiangalia Makkah, jambo ambalo ni moja ya masharti katika kumwomba na au abudu "ALLAH". Quran 2:149.</td></tr>
<tr><td>*Yesu hakuwai sema na au fundisha wanafunzi wake kuhusu "KAABA".*</td></tr>
<tr><td>Yesu hakuwa anafunga Ramadhani/Saumu kila mwaka, jambo ambalo ni sehemu ya Uislam kufunga ramadhani kila Mwaka. Quran 2:183</td></tr>
<tr><td>*Yesu hakufanya Jihad kama ilivyo amri ya kila Muislam kufanya Jihad. Quran 2:216.*</td></tr>
<tr><td>Yesu hakuwachukia watu ambao walikuwa wanampinga, lakini aliwapenda na kuwaombea.</td></tr>
<tr><td>*Yesu hakupiga watu Mawe na wala hakufundisha kuwa Wazinzi wapigwe Mawe kama ambayo inafundishwa kwenye dini ya Uislam.*</td></tr>
<tr><td>Yesu hakufanya na au fuata sharia za kuosha na au kutawadha kama ambavyo Waislam wanafanya kila siku. Msome Yesu katika Mathayo 15:2-11.</td></tr>
<tr><td>*Yesu hakuwai waambia watu waandike vifupisho "SAW" na "PBUH" baada ya kutaja majina yao.*</td></tr>
<tr><td>Yesu aliomba huku akiangalia Mbinguni. Marko 6:41</td></tr>
<tr><td>*Yesu alikufa Msalabani. Yohana 2:19-21 Mathayo 27:42*</td></tr>
<tr><td>Yesu alifufuka kutoka wafu. Luka 24:44-48</td></tr>
</table>

USHAIDI WA KIBIBLIA NA QURAN

Waumini wa dini ya Kiislam wamekuwa na tabia ya kusema kuwa, eti, Yesu alikuwa ni Muislam. Madai haya ya Waislam yamekuwa yakisemwa katika mihadhara yao ya kidini bila ya kuwa na ushaidi yakinifu kusaidia madai yao.

Leo nitajibu madai haya kwa kutumia Biblia na Quran kama ifuatavyo:

YESU HAKUWAI SEMA SHAHADA

Kufuatana na sharia za Kiislam, ili mtu awe Muislam lazima aseme na au afanya shahada. Yesu hakusema SHAHADA (La ilaha illallah) na hakuna ushaidi wa Kibiblia au Koran unao sema kuwa Yesu alisema SHAHADA. Hivyo basi, Yesu hakuwa Muislam.

YESU HAKUWAI KUMWABUDU ALLAH

Yesu hakuwai kuomba na au kumwabudu "Allah", lakini kutokana na Biblia, Yesu aliomba kwa Baba yake, Yohana 17:1 Maneno hayo aliyasema Yesu; akainua macho yake kuelekea mbinguni, akasema, Baba, saa imekwisha kufika. Mtukuze Mwanao, ili Mwana wako naye akutukuze wewe. Quran na Uislam unakiri kuwa Allah si Baba na hakuna hata aya moja inayo mwita Allah Baba. Yesu hakuwa Muislam.

YESU HAKUWAI KUOMBA HUKU AKIANGALIA MAKKAH

Yesu hakuwai kusujudu huku akiangalia Makkah, jambo ambalo ni moja ya masharti katika kumwomba na au abudu "ALLAH". Quran 2:149. مِن لَّحَقُّ وَإِنَّهُ ٱلْحَرَامِ ٱلْمَسْجِدِ شَطْرَ وَجْهَكَ فَوَلِّ خَرَجْتَ حَيْثُ وَمِنْ تَعْمَلُونَ عَمَّا بِغَفِلٍ ٱللَّهُ وَمَا رَبِّكَ Na popote wendako elekeza uso wako kwenye Msikiti Mtakatifu. Na hiyo ndiyo Haki itokayo kwa Mola wako Mlezi. Na Mwenyezi Mungu si mwenye kughafilika na mnayo yatenda. Quran 2:150. شَطْرَهُ وُجُوهَكُمْ فَوَلُّواْ كُنتُمْ مَا وَحَيْثُ ٱلْحَرَامِ ٱلْمَسْجِدِ شَطْرَ وَجْهَكَ فَوَلِّ خَرَجْتَ حَيْثُ وَمِنْ نِعْمَتِي وَلِأُتِمَّ وَٱخْشَوْنِي تَخْشَوْهُمْ فَلَا مِنْهُمْ ظَلَمُواْ ٱلَّذِينَ إِلَّا حُجَّةٌ عَلَيْكُمْ لِلنَّاسِ يَكُونَ لِئَلَّا تَهْتَدُونَ وَلَعَلَّكُمْ عَلَيْكُمْ Na popote wendako elekeza uso wako kwenye Msikiti Mtakatifu. Na popote mlipo elekezeni nyuso zenu upande huo ili watu wasiwe na hoja juu yenu, isipokuwa wale walio dhulumu miongoni mwao. Basi msiwaogope wao, lakini niogopeni Mimi - na ili nikutimizieni neema yangu, na ili mpate kuongoka.

Sasa tumsome Yesu katika Biblia, wapi aliangalia wakati akiomba.

Yesu aliomba huku akiangalia Mbinguni soma: Marko 6: 41 Akaitwaa ile mikate mitano na wale samaki wawili, akatazama mbinguni, akashukuru, akaimega ile mikate, akawapa wanafunzi wake wawaandikie; na wale samaki wawili akawagawia wote.

Katika aya tuliyo isoma hapo juu, imetupa ushaidi kuwa Yesu aliangalia Juu Mbinguni ambapo Baba yake alipo na si Makkah.

YESU HAKUFUNDISHA KUHUSU KAABA

Yesu hakuwai sema na au fundisha wanafunzi wake kuhusu "KAABA". Jambo ambalo tunaona linafanywa na Waislam na lilifundishwa na Muhammad mtume wa Allah.

YESU HAKUFUNGA SWAUMU KILA MWAKA

Yesu hakuwa anafunga Ramadhani/Saumu kila mwaka, jambo

ambalo ni sehemu ya Uislam kufunga ramadhani kila Mwaka. *Quran 2:183, Enyi mlio amini! Mmeandikiwa Saumu, kama waliyo andikiwa walio kuwa kabla yenu ili mpate kuchamngu.*

Hakuna hata sehemu moja katika Biblia ambayo tunasoma kuwa Yesu alitoa amri kwa wafuasi wake kuwa ni lazima wafunge swaumu kila mwaka, lakini tunasoma kuwa *Mathayo 6:16-18: Tena mfungapo, msiwe kama wanafiki wenye uso wa kukunjamana; maana hujiumbua nyuso zao, ili waonekane na watu kuwa wanafunga. Amin, nawaambia, wamekwisha kupata thawabu yao. 17 Bali wewe ufungapo, jipake mafuta kichwani, unawe uso; 18 ili usionekane na watu kuwa unafunga, ila na Baba yako aliye sirini; na Baba yako aonaye sirini atakujazi.*

YESU HAKUFANYA JIHAD

Yesu hakufanya Jihad kama ilivyo amri ya kila Muislam kufanya Jihad. *Quran 2:216. Mmeandikiwa kupigana vita, navyo vinachusha kwenu. Lakini huenda mkachukia kitu nacho ni kheri kwenu. Na huenda mkapenda kitu nacho ni shari kwenu. Na Mwenyezi Mungu anajua na nyinyi hamjui.* Lakini Yesu alisema yafuatayo kuhusu kupigana: *Yohana 18: 36 Yesu akajibu, Ufalme wangu sio wa ulimwengu huu. Kama ufalme wangu ungekuwa wa ulimwengu huu, watumishi wangu wangenipigania, nisije nikatiwa mikononi mwa Wayahudi. Lakini ufalme wangu sio wa hapa.*

Katika aya hapo juu, Yesu anatufundisha kuwa Ufalme wake si wa hapa Duniani bali Mbinguni, hivyo basi hawezi kufanya Jihad kama Allah alivyo waamrisha Waislam. Yesu hakuwa Muislam na hakufanya Jihad.

YESU ALISEMA PENDENI ADUI ZENU, WAKATI ALLAH ANASEMA WACHUKIENI WAKRISTO NA WAYAHUDI

Yesu hakuwachukia watu ambao walikuwa wanampinga, lakini aliwapenda na kuwaombea, kinyume na maamrisho ya Allah kwa Waislam wote. Soma *Mathayo 5:44. lakini mimi nawaambia, Wapendeni adui zenu, waombeeni wanaowaudhi.*

Sasa Msome Allah anavyo panda chuki kwa wafuasi wake. *Quran 5:51. Enyi mlio amini! Msiwafanye Mayahudi na Wakristo kuwa ni marafiki. Wao ni marafiki wao kwa wao. Na miongoni mwenu mwenye kufanya urafiki nao, basi huyo ni katika wao. Hakika Mwenyezi Mungu hawaongoi watu wenye kudhulumu.*

YESU HAKUFUNDISHA KUPIGA WAZINZI MAWE

Yesu hakupiga watu Mawe na wala hakufundisha kuwa

Wazinzi wapigwe Mawe kama ambayo inafundishwa kwenye dini ya Uislam. Msome Yesu hapa: *Yohana 8: 6 Nao wakasema neno hilo wakimjaribu, ili wapate sababu ya kumshitaki. Lakini Yesu akainama, akaandika kwa kidole chake katika nchi. 7 Nao walipozidi kumhoji, alijiinua, akawaambia, Yeye asiye na dhambi miongoni mwenu na awe wa kwanza wa kumtupia jiwe.*

Lakini katika Uislam tunamsoma Muhammad akitoa amri ya kupigwa mawe mdhinifu: *Juzuu ya 2, Kitabu 23, Namba 413:*

Alisimulia 'Abdullah bin' Umar:

Myahudi kuleta kwa Mtume Muhammad watu wawili Mwanaume na mwanamke ambao walikamatwa wakifanya uzinzi kinyume cha sheria za ngono. Mtume Muhammad aliamrisha wote wawili wapigwe mawe mpaka kifo, karibu na mahali pa sadaka ya sala ya mazishi iliyopo kando ya msikiti.

Hivyo basi Yesu hakuwa Muislam na hakupiga wazinzi mawe lakini tunamsoma Muhammad akipiga watu mawe na akifundisha kupigwa mawe kwa Wazinzi katika Uislam.

YESU HAKUFUNDISHA WATU WATAWADHE KABLA YA KUOMBA

Yesu hakufanya na au fuata sharia za kuosha na au kutawadha kama ambavyo Waislam wanafanya kila siku. Msome Yesu katika Mathayo 15:2-11. Lakini Allah anafanya mila za kuosha na au kutawadha mwili kabla ya kumwabudu. *Quran* Surat Al-Ma'idah 5:6.

اَلْمَرَافِقِ إِلَى وَأَيْدِيَكُمْ وُجُوهَكُمْ فَاغْسِلُواْ الصَّلَوٰةِ إِلَى قُمْتُمْ إِذَا ءَامَنُواْ الَّذِينَ يَأَيُّهَا أَوْ مَّرْضَىٰ كُنتُمْ وَإِن فَاطَّهَّرُواْ جُنُبًا كُنتُمْ وَإِن الْكَعْبَيْنِ إِلَى وَأَرْجُلَكُمْ بِرُءُوسِكُمْ وَامْسَحُواْ طَيِّبًا صَعِيدًا فَتَيَمَّمُواْ مَآءً تَجِدُواْ فَلَمْ النِّسَآءَ لَمَسْتُمُ أَوْ الْغَائِطِ مِّنَ مِّنكُم أَحَدٌ جَآءَ أَوْ سَفَرٍ عَلَىٰ لِيُطَهِّرَكُمْ يُرِيدُ وَلَكِن حَرَجٍ مِّنْ عَلَيْكُم لِيَجْعَلَ اللَّهُ يُرِيدُ مَا مِّنْهُ وَأَيْدِيكُم بِوُجُوهِكُم فَامْسَحُواْ وَلِيُتِمَّ نِعْمَتَهُ عَلَيْكُمْ لَعَلَّكُمْ تَشْكُرُونَ

Enyi mlio amini! Mnapo simama kwa ajili ya Sala basi osheni nyuso zenu, na mikono yenu mpaka vifundoni, na mpake vichwa vyenu, na osheni miguu yenu mpaka vifundoni. Na mkiwa na janaba basi ogeni. Na mkiwa wagonjwa au mmo safarini, au mmoja wenu ametoka chooni au mmewagusa wanawake, na hamkupata maji, basi tayamamuni vumbi lilio safi, na mpake nyuso zenu na mikono yenu. Hapendi Mwenyezi Mungu kukutieni katika taabu; bali anataka kukutakaseni na kutimiza neema yake juu yenu ili mpate kushukuru.

Yesu hakuwa anatawadha kabla ya kumwomba Baba yake kama ilivyo katika Uislam. Yesu hakuwa Muislam.

YESU HAKUWAI TUMIA MANENO "SAW" AU "PBUH"

Yesu hakuwai waambia watu waandike vifupisho "SAW" na "PBUH" baada ya kutaja majina yao, kinyume chake Allah na Mtume wake wanafundisha kusema hivyo katika Uislam baada ya kutaja majina ya Mitume na Manabii.

Ndugu wasomaji, leo tumemsoma Yesu na tumesoma tabia yake na mafundisho yake machahe ambayo yote yanapinga sheria na mila za kiislam.

Ni mategemeo yangu kuwa unaendela kujifunza kuwa Yesu sio Isa Bin Mariam kwa kuwa Yesu hakufuata mila za Kiislam na wala hakumwabudu Allah.

SOMO LA KUMI NA TATU

Yesu Kristo ni zaidi ya Muhammad lakini Isa Bin Maryam hakuwa zaidi ya Muhammad

Tuanze na kunukuu vitabu vya Allah na Muhammad na tuone Je, Muhammad alikuwa na nani kwenye nyoyo yake:

Abu Huraira (r.a) amesimulia kuwa "Mtume Muhammad (s.a.w) alikuwa na shetani tangu alipozaliwa, (Fat'hul Baary Juzuu ya 6 Uk. 389).

Je, kuna ushahid wowote ule kuwa Muhammad alitolewa Shetani? Kama upo Basi Waislam, tuleteeni tuuone.

Abu Huraira alisema, "nilimsikia Nabii wa Allah akisema, Hakuna kiumbe ambaye hakuguswa na Shetani, ndio maana mtoto hulia kwa sauti kubwa wakati wa kuzaliwa kwasababu Shetani anakuwa amemgusa, ISIPOKUWA Mariyam na Mwanae Yesu, wao hawakuguswa na Shetani. Kisha Abu Huraira akasema: " Na najikinga na Wewe kwa ajili yake na kwa ajili ya watoto wake kutoka kiwa Shetani" (3.36)

Ndugu zanguni, Muhammad leo amekiri kuwa, YESU hakuwai kuguswa na Shetani lakini yeye na Waislam wote wameguswa na kuchezewa na Shetani.

KILA MUISLAM ANA JINI KATIKA MWILI WAKE LAKINI YESU YEYE ALITOA WATU MAJINI

Majini wamepewa ruhusa ya kukaa katika mwili wa Muislam yeyote, hivyo kila Muislam ana Jini kuanzia moja na kuendelea. Vile vile Majini wameruhusiwa kukaa katika nyumba za Waislam. Katika nyumba yoyote ya Muumini wa dini hiyo, kuna Jini au Majini wanaokaa humo. Ni ukweli usiopingika kuwa bila Majini hakuna Uislamu kama vile pasipo Roho Mtakatifu hakuna Ukristo. Majini ndiyo yaliyomchukua mtume Muhamad kwa muda wa siku 40 akiwa Mabondeni walikompeleka na kuanza kumuagiza kuhusiana na kuanzisha imani hiyo ya Kiislamu.

SASA TUMSOME YESU KRISTO

Yesu alizaliwa akiwa na Roho wa Mungu Mathayo 1:18

Roho Mtakatifu alishuka wakati anabatizwa. Luka 3:22

Yesu aliongozwa na Roho Mtakatifu. Luka 4:1

Yesu alirudi Galilaya akiwa na Nguvu ya Roho Mtakatifu Luka 4:14

Yesu alisema Roho wa Mungu yupo naye . . ." Luka 4:18

Yesu alifurai katika Roho Mtakatifu. Luka 10:21

Huduma ya Yesu iliongozwa na Roho Mtakatifu. Matendo ya Mitume 2:22

Kupakwa mafuta na Roho Mtakatifu Matendo 10:38

Alijitolea mwenyewe kufa - kwa Roho. Waebrania 9:14

Alirudi katika mwili kwa Roho Mtakatifu 1 Petro 3:18

MAJINI YANAMWABUDU ALLAH NA MUHAMMAD NA SIO YESU KRISTO

Hivyo basi, kulingana na jinsi Allah asemavyo ndani ya Quran kuwa nimeumba binadamu na majini ili muniabudu (Quran 57:58; 51:56) na kuwa, mbinguni mwao Majini wanaabudu (Majini waliosilimu mwaka 620 AD), Soma Quran 72:14, ambao ni wema wanaosafiri na kurithi uzima wa milele upatikanao Akhera (Kuzimu). Lengo kubwa la Shetani na Majini ni kufanya urafiki na wanadamu wengi ili kwa wingi huo apate watu wengi wa kwenda nao Jehannam (Quran 6:128). Jambo la muhimu kujua hapa ni kwamba moto wa milele hakuwekewa Mwanadamu bali ni Shetani na malaika zake wote (Majini au mapepo). Hawa, hawana nafasi tena ya kuungama au kutubu.

Yesu Kristo anayetambuliwa na Waislam kama Mtume tu, hakuwa na urafiki wowote na Shetani wala Mapepo (Majini). Aliyaamuru Majini kutoka ndani ya watu waliokuwa wakiteswa nayo (Mathayo 8:29: Marko 5 n.k)

Wakati Yesu anaondoka hapa duniani, alichukuliwa na wingu na kupaa kuelekea juu. Mbinguni ni juu kama Quran inavyothibitisha. Yesu aliweza kupaa na kuingia Mbinguni lakini Majini (Mapepo) walioslimu wakijaribu tu, wanakutana na moto mkali. Tumeona kuwa Majini ambao ni Waislamu kwa kusilimu, wanaishi Akhera yaani Kuzimu. Je, Waislamu wengine unadhani wataishia wapi milele? Katika imani ya Kiislam huamini kuwa, Muislam akifa anakuwa na Majini wawili wa Kumlinda humo Kaburini.

Ushauri wangu wa bure kwa Mkristo ni huu, USIMUACHE KAMWE KRISTO NA KUINGIA KATIKA IMANI ZA MASHETANI (1 TIMOTHEO 4:1-2).

Majini au Mashetani ni kitu kimoja na wala hakuna tofauti yao. Wote hao Mashetani/Majini yalimpinga Mungu na kutupwa duniani. Biblia inasema kuwa Hakuna Msamaha kwa Majini maana wao walisha hukumiwa na wanacho subiri ni kutupwa Jehannam.

Shetani bado ni "mfalme wa nguvu za anga" (Waefeso 2:2). Hii inamaanisha kwamba Shetani na Malaika wengine walioasi wanaweza kushawishi mia zetu na mawazo yetu kupitia miziki, runinga, mijadala, nk. Tumeambiwa kujihadhari katika mawazo na nia zetu (2 Wakorintho 10:3-5). 2Wakorintho 4:4 inatuambia kuwa mungu wa dunia hii amepofusha mawazo ya watu ili wasiamini.

Shetani ndiye yuko nyuma ya dini zote za uongo na dini za dunia. Shetani atafanya kila kitu katika uwezo wake ili ampinge Mungu na wale wote wanaomfuata. Ingawa hatima ya Shetani imewekwa muhuri kuwa tanuru la moto milele (Ufunuo wa Yohana 20:10).

SOMO LA KUMI NA NNE

Isa Bin Maryam hathibitishiki nje ya Quran, lakini Yesu Kristo anathibitisha kihistoria

Tunaendelea kuufunua Uislam ambao ni dini haikuwepo kabla ya kuzaliwa Muhammad.

Quran ambayo ilishushwa kama Quran yenyewe inavyodai, ilikuja kupinga Biblia, Neno la Mungu. Quran inadai kuwa eti, Isa bin Mariam ni Yesu. Nilipo fanya uchunguzi wa hali ya juu, nikagundua kuwa, jina la Isa halikuwepo kabla ya kuzaliwa Muhammad na kabla ya uwepo wa Allah aliyeumbwa na Muhammad.

Sasa basi, mimi nawaomba Waislam yafuatayo:

1. Naomba mtuletee ushahidi unao weza kuthibitishika wa uwepo wa "Isa na jina la Isa bin Maryam" kwa kutumia vitabu vilivyo kuwepo kabla ya Quran na kabla ya kuzaliwa kwa Muhammad.

2. Kwasababu Waislam mnakiri kuwa Injil iliteremshwa na Allah, hivyo basi Injil mnaweza itumia na iwe na jina la Isa. (Tumieni nakala aliyo teremshiwa Isa Bin Maryam na sio aya za Quran, kumbuka Quran sio mkusanyiko wa vitabu kama Biblia Takatifu)

3. Tunaomba mtumie vitabu vilivyo kuwepo kabla ya Quran na Muhammad kuzaliwa.

Thibitisheni uwepo wa Isa kwa kutumia vitabu vilivyo kuwepo kabla ya (1) Quran (2) kabla ya Muhammad kuzaliwa (3) kabla ya Sahih Hadith za Muhammad.

Sasa tuangalie uthibitisho wa Kihistoria wa uwepo wa Yesu Kristo.

Tacitus (AD 55-120), mwana historia kutoka Roma aliandika kuhusu Yesu katika karne ya kwanza kwamba Yesu aliuwawa na Pontius Pilate. (Annals 15: 44).

Suetonius aliandika mwaka 120AD kuhusu jinsi Wayahudi walivyo mtafuta Yesu Kristo wakati wa Claudius Emeperor. Huu uthibisho upo vile vile kwenye Matendo 18: ambao ulitokea mwaka 49 AD.

Thallus, mwana Historia maarufu alindika takriban mwaka 52AD kuhusu kifo cha Yesu Kristo na ilinukuliwa na Julius Africanus katika mwanzoni wa karne ya 3.

Mara Bar-Serapion, mwandishi kutoka Siria baada ya

kuharibiwa kwa Hekalu mnamo mwaka 70 AD alisema kuhusu kifo cha Yesu na alisema kuwa Yesu ni Mfalme.

Mwana historia wa Kiyahudi Josephus alielezea kuhusu kusulubiwa kwa Yesu chini ya Pilato katika kitabu chake cha Antiniquities kilicho andikwa takribani kati ya mwaka 93/94 AD.

Ndugu msomaji, umeona mwenyewe uthibitisho wa kihistoria kuhusu uwepo wa Yesu Kristo, lakini, baada ya kutafuta uwepo wa Isa Bin Mariam kabla ya kuzaliwa Muhammad na kabla ya Quran, historia imeshindwa kumthibitisha.

SOMO LA KUMI NA TANO

Yesu Kristo si Isa Bin Maryam maana Yesu ni Neno, na Neno ni Mungu na ilithibitishwa miaka zaidi ya 630 kabla ya kuandikwa kwa Quran

1. Allah kasema Isa ni Neno.

2. Biblia inasema kuwa Neno ni Mungu.

Allah anasema kuwa Yesu wa Quran ni Neno litokalo kwake. Ikiimaanisha kuwa, asili ya Yesu si binadamu bali ni Neno litokalo kwa Mungu. Quran hiyo hiyo inasema kuwa Neno la Allah halina mwanzo, ikiimaanisha kuwa Neno la Allah lilikuwa na Allah karne zote na Neno la Allah halikuumbwa. (Allah's word is eternal) Sura 6:115, Sura 10:64, Sura 18:27.

Hebu tusome aya kutoka Quran kuwa Yesu ni Neno:

Surat Al Imran 45. ٱلْمَسِيحُ ٱسْمُهُ مِّنْهُ بِكَلِمَةٍ يُبَشِّرُكِ ٱللَّهَ إِنَّ يُمَرْيَمُ ٱلْمَلَٰئِكَةُ قَالَتِ إِذْ ٱلْمُقَرَّبِينَ وَمِنَ وَٱلْآخِرَةِ ٱلدُّنْيَا فِي وَجِيهًا مَرْيَمَ ٱبْنُ عِيسَى *Na pale Malaika walipo sema: Ewe Maryamu! Hakika Mwenyezi Mungu anakubashiria (mwana) kwa neno litokalo kwake. Jina lake ni Masihi Isa mwana wa Maryamu, mwenye hishima katika dunia na Akhera, na miongoni mwa walio karibishwa (kwa Mwenyezi Mungu).*

Quran inakiri kuwa Mariam alipata Mwana kwa kupitia Neno la Allah. Hivyo basi Yesu asili yane ni Neno na sio binadamu. Rejea Surat Al Imran aya 45.

Surat An Nisaai 171. Enyi Watu wa Kitabu! Msipite kiasi katika dini yenu, wala msimseme Mwenyezi Mungu ila kwa lilio kweli. Hakika Masihi Isa mwana wa Maryamu ni Mtume wa Mwenyezi Mungu, na Neno Lake tu alilo mpelekea Maryamu, na ni roho iliyo toka kwake. Basi Muaminini Mwenyezi Mungu na Mitume wake. Wala msiseme: Utatu. Komeni! Itakuwa kheri kwenu. Hakika Mwenyezi Mungu ni Mungu mmoja tu. Ametukuka Yeye na kuwa na mwana. Ni vyake Yeye vyote viliomo katika mbingu na katika ardhi. Na Mwenyezi Mungu ni Mtegemewa wa kutosha.

Allah anaendelea kusema kuwa Yesu ni *Neno Lake*. Kumbe basi Yesu ambaye ni Neno la Mungu alikuwa na Mungu siku zote. Soma Sura 6:115, Sura 10:64, Sura 18:27.

Je Biblia nayo inasema nini kuhusu Neno?

Yohana 1: 1 Hapo mwanzo, kabla ya kuwapo kitu kingine cho chote, aliku wapo Neno. Huyo Neno alikuwa pamoja na Mungu, naye Neno alikuwa Mungu.

Katika Yohana Sura ya Kwanza aya ya Kwanza, tunafundishwa kuwa Neno alikuwepo na Mungu hapo Mwanzo kabla ya kuumbwa kitu chochote kile. Wakati huo huo, Quran nayo inasema kuwa Allah alimuumba Yesu kwa kutumia Neno ambalo lilikuwa na Allah tokea Mwanzo.

Ningependa mfahamu kuwa, Quran ambayo inasema kuwa Yesu aliumbwa kutoka Neno iliandikwa miaka 632 baada ya Biblia. Ikimaanisha kuwa Biblia ndio ya kwanza kuandikwa halafu Quran ndio ikafuata.

Sisi Wakristo na Wayahudi ndio watu wa Kitabu. Allah anamaanisha kuwa, Watu wa Kitabu ambao ni Sisi Wakristo na Wayahudi ndio tunayo haki na mamlaka ya kuthibitisha maneno ya Quran kama ni ya kweli au uongo. Soma

Surat Yunus 94. Na ikiwa unayo shaka katika tuliyo kuteremshia, basi waulize wasomao Kitabu kabla yako. Kwa yakini imekwisha kujia Haki kutoka kwa Mola wako Mlezi. Basi usiwe miongoni mwa wenye shaka.

Aya hiyo katika Surat Yunus iliyoteremka Makka na kutafsiriwa na Sheikh Ali Muhsin Al-Barwani inathibitisha kuwa Watu wa Kitabu ndio wenye Mamlaka ya kuhakikisha na au thibitisha ukweli wa Quran. Hakika Mimi nathibitisha kuwa Yesu ni Neno na Neno ni Mungu, maana hayo yalisema miaka mia 632 kabla ya kuteremshwa kwa Surat Yunus Makka na yamo katika Injili kutokana na Yohana aya ya kwanza na sura ya kwanza.

Allah anamwambia Muhammad katia Suratul Yunus aya 94 kuwa, kama Muhammad anashaka na ukweli kuwa Yesu ni Neno na Neno ni Mungu. Basi Muhammad atuulize Wakristo kuwa, Je, hayo madai ya Allah ni ya kweli? Hakika Biblia imekamilika na kusema bila ya shaka yeyote ile kuwa Yesu ni Neno na Neno alikuwa na Mungu kabla ya Mwanzo kuwepo. Allah na yeye amekiri hayo kuwa Yesu ni Neno ambalo lilikuwa na Mungu hata kabla ya Mwanzo kuwepo.

Leo nimejibu hoja ya Waislam kuwa, Yesu si Isa Bin Mariam bali ni Mungu. Quran pamoja na Allah wanasema kuwa Yesu ni NENO na Biblia inasema kuwa NENO NI MUNGU.

SOMO LA KUMI NA SITA

Yesu Kristo si Isa Bin Maryam maana Yesu ni Roho kutoka kwa Mungu na Biblia inasema Mungu ni Roho na ilithibitishwa miaka zaidi ya 630 kabla ya kuandikwa kwa Quran

Allah anasema kuwa Yesu ni Roho kutoka kwa Mungu.

Biblia inasema kuwa Mungu ni Roho.

Allah katika Surat An Nisaai iliyoteremshwa Makka na kufanyiwa tarjuma na Sheikh Ali Muhsin Al-Barwani aya ya 171 inasema kuwa Yesu ni *Roho iliyo toka kwa Mungu*. Hebu tusome kwanza hiyo aya hapa chini:

ALLAH ANASEMA KUWA YESU NI ROHO

Surat An Nisaai 171.

يَٰٓأَهْلَ ٱلْكِتَٰبِ لَا تَغْلُوا۟ فِى دِينِكُمْ وَلَا تَقُولُوا۟ عَلَى ٱللَّهِ إِلَّا ٱلْحَقَّ إِنَّمَا ٱلْمَسِيحُ عِيسَى ٱبْنُ مَرْيَمَ رَسُولُ ٱللَّهِ وَكَلِمَتُهُۥٓ أَلْقَىٰهَآ إِلَىٰ مَرْيَمَ وَرُوحٌ مِّنْهُ فَـَٔامِنُوا۟ بِٱللَّهِ وَرُسُلِهِۦ وَلَا تَقُولُوا۟ ثَلَٰثَةٌ ٱنتَهُوا۟ خَيْرًا لَّكُمْ إِنَّمَا ٱللَّهُ إِلَٰهٌ وَٰحِدٌ سُبْحَٰنَهُۥٓ أَن يَكُونَ لَهُۥ وَلَدٌ لَّهُۥ مَا فِى ٱلسَّمَٰوَٰتِ وَمَا فِى ٱلْأَرْضِ وَكَفَىٰ بِٱللَّهِ وَكِيلًا

Enyi Watu wa Kitabu! Msipite kiasi katika dini yenu, wala msimseme Mwenyezi Mungu ila kwa lilio kweli. Hakika Masihi ISA MWANA WA MARYAM ni Mtume wa Mwenyezi Mungu, na neo lake tu alilo mpelekea Maryamu, na NI ROHO ILIYO TOKA KWAKE. Basi Muaminini Mwenyezi Mungu na Mitume wake. Wala msiseme: Utatu. Komeni! Itakuwa kheri kwenu. Hakika Mwenyezi Mungu ni Mungu mmoja tu. Ametukuka Yeye na kuwa na mwana. Ni vyake Yeye vyote viliomo katika mbingu na katika ardhi. Na Mwenyezi Mungu ni Mtegemewa wa kutosha.

Allah anaendelea kusema kuwa Yesu ni ROHO KUTOKA KWAKE. Quran inakiri kuwa Roho ya Allah haikuumbwa na au tengenezwa bali ilikuwepo karne zote na Allah. Quran hiyo hiyo inakiri kuwa Yesu ni Roho ya Allah. Hivyo basi, tunaweza kukubaliana kuwa Roho hii ya Allah haina mwanzo "Allah's Spirit is eternal". (Yusuf Ali, The Holy Qur'an, p. 132) and (Abdul-Haqq, Sharing Your Faith with a Muslim, p. 84).

Lakini katika Biblia iliyo kuja kabla ya Quran tunafundishwa kuwa *Mungu ni Roho*: Soma

MUNGU NI ROHO

Yohana 4: 24 Mungu ni roho na wote wanaomwabudu imewapasa kumwabudu katika roho na kweli."

Biblia ambayo ndio Neno kamili la Mungu, inatuambia kuwa *Mungu ni Roho*. Quran nayo inasema kuwa *Yesu ni Roho* kutoka kwa Mungu, na wakati huohuo, Quran inakiri kuwa Roho ambaye ni Yesu alikuepo siku zote na Allah "The Spirit of God is Eternal". Yusuf Ali,

The Holy Qur'an, p. 132

Ndugu Msomaji, hakuna ubishi tena kuhusu Uungu wa Yesu. Maana hata Quran sasa inakiri kuwa Yesu ni Roho kutoka kwa Mungu. Na tunapothibitisha hayo maneno kwa Kutumia Biblia kama tulivyo amrishwa na Allah katika Surat Yunus 94. Na ikiwa unayo shaka katika tuliyo kuteremshia, basi waulize wasomao Kitabu kabla yako. Kwa yakini imekwisha kujia Haki kutoka kwa Mola wako Mlezi. Basi usiwe miongoni mwa wenye shaka.

Naweza sema kuwa mimi sina shaka kuhusu kuwa Yesu ni Roho wa kutoka kwa Mungu na sina shaka kabisa kuwa huyo Roho ni Mungu: Yohana 4: 24 Mungu ni Roho na wote wanaomwabudu imewapasa kumwabudu katika roho na kweli.

Leo nimejibu hoja ya Waislam kuwa, Yesu si Isa Bin Maryam bali ni Mungu. Quran pamoja na Allah wanasema kuwa Yesu ni ROHO KUTOKA KWA MUNGU na Biblia inasema kuwa ROHO NI MUNGU.

SOMO LA KUMI NA SABA

Yesu Kristo si Nabii tu kama Isa Bin Maryam, bali ni Mungu Muumbaji

Quran leo imekiri kuwa Yesu ni zaidi ya Mtume. Ukisoma hii aya hapa chini utaona kuwa Yesu aliumba, hii sifa ya kuumba ni ya Mungu Pekee. Yesu alifufua watu, Yesu Aliponya watu. n.k. Lakini hatusomi kuwa Muhammad alifanya hayo. Hebu soma Quran.

Quran Surat Al-Ma'idah

5: 110. قَالَ ٱللَّهُ يَٰعِيسَى ٱبْنَ مَرْيَمَ ٱذْكُرْ نِعْمَتِي عَلَيْكَ وَعَلَىٰ وَٰلِدَتِكَ إِذْ أَيَّدتُّكَ بِرُوحِ ٱلْقُدُسِ تُكَلِّمُ ٱلنَّاسَ فِي ٱلْمَهْدِ وَكَهْلًا وَإِذْ عَلَّمْتُكَ ٱلْكِتَٰبَ وَٱلْحِكْمَةَ وَٱلتَّوْرَىٰةَ وَٱلْإِنجِيلَ وَإِذْ تَخْلُقُ مِنَ ٱلطِّينِ كَهَيْـَٔةِ ٱلطَّيْرِ بِإِذْنِي فَتَنفُخُ فِيهَا فَتَكُونُ طَيْرًا بِإِذْنِي وَتُبْرِئُ ٱلْأَكْمَهَ وَٱلْأَبْرَصَ بِإِذْنِي وَإِذْ تُخْرِجُ ٱلْمَوْتَىٰ بِإِذْنِي وَإِذْ كَفَفْتُ بَنِىٓ إِسْرَٰٓءِيلَ عَنكَ إِذْ جِئْتَهُم بِٱلْبَيِّنَٰتِ فَقَالَ ٱلَّذِينَ كَفَرُوا۟ مِنْهُمْ إِنْ هَٰذَآ إِلَّا سِحْرٌ مُّبِينٌ *Na pale Mwenyezi Mungu atapo sema: Ewe Isa bin Maryamu! Kumbuka neema yangu juu yako, na juu ya mama yako, nilipo kutia nguvu kwa Roho Takatifu, ukazungumza na watu katika utoto na utuuzimani. Na nilivyo kufunza kuandika na hikima na Taurati na Injili. Na ulipo tengeneza udongo sura ya ndege, kwa idhini yangu, kisha ukapuliza ikawa ndege kwa idhini yangu; na ulipo waponesha vipofu na wakoma kwa idhini yangu; na ulipo wafufua wafu kwa idhini yangu; na nilipo kukinga na Wana wa Israili ulipo wajia na hoja zilizo wazi, na wakasema walio kufuru miongoni mwao: Haya si lolote ila ni uchawi mtupu!*

Ndugu zanguni, katika ayah apo juu tumejifunza kuwa Yesu hakuwa mtu wa kawaida. Alikuwa anafanya mambo ambayo ni Mungu pekee mwenye uwezo wa kuyafanya. Ushahidi huu umewekwa kwenye Quran. Madai ya kuwa Yesu alikuwa Mtume/Nabii kama wengine, yanashindwa nguvu, baada ya kusoma hii aya ambayo imetuonyesha sifa ya kipee ya Mungu ndani ya Yesu. Je, kuna Nabii au Mtume yeyote Yule aliye wai kuumba?

Hebu tusome hadith ifuatayo kutoka kwa Al Bukhar.

Ibn 'Abbas akasema, "Hiyo ilionyesha kifo cha Mtume wa Allah ambacho Allah alimtaarifu." 'Umar alisema, "Sielewi haya isipokuwa kile wewe unakielewa." 'Aisha: Mtume katika maradhi yake ambayo yalimuua, Alikuwa akisema, "O' Aisha bado nahisi maumivu yanayosababishwa na chakula nilicho kula nilipo kuwa Khaibar, na kwa wakati huu, Najisikia kama aorta yangu inakatwa kutoka sumu niliyo kula. "(Sahih al-Bukhari, Volume 5, Kitabu 59, Namba 713)

Kwenye Hadith tuliyo soma tunaona kuwa Mtume wa Allah

alikuwa anasumbuliwa na Sumu aliyo lishwa kwa Mtego na Yule Mama wa Kiyahudi. Hadithi hii inatupa ushaidi kuwa Mtume wa Allah alikuwa akiomba uponyaji kutoka kwa Allah. Swali la kujiuliza, Je, Muhammad alipona baada ya maombi haya kwa Allah?

Hebu tusome ni nani mwengine alimuombea uponyaji Muhammad.

Kwenye hadith ifuatayo hapa chini, tunasoma kuwa Malaika Mkuu wa Allah aitwaye Jibril nayeye amekuja kumuombea uzima Mtume wa Allah, lakini maombi hayo hayakumponya Mtume wa Allah.

Kutoka kwa Ibn Sad ukurasa 265

Mtume wa Mwenyezi Mungu aliugua na yeye yaani Gabriel, alimuombea juu yake, akasema, "Kwa jina la Mwenyezi Mungu mimi nakuombea uzima na nazuia kutoka kwenu kila kitu kibaya na madhara yeyote (kuizuia kwako wewe) dhidi ya hasidi kila na kutoka kila uovu na Allah atakuponya.

Je, Baada ya haya Maombi, Mtume wa Allah alipona? Kutokana na Hadith yetu ya kwanza, Mtume wa Allah hakupona licha ya kupata Maombi kutoka Malaika Jibri. Lakini katika Koran tunasoma kuwa Yesu alikuwa na uwezo wa kuponya watu, kufufua watu, kuumba, jambo ambalo Jibril na Mtume wa Allah, Muhammad hawakuwa nalo. Ndugu msomaji,

Kwanini tumfuate Allah ambaye hakuwa na uwezo wa kuponya?

Kwanini mumsikilize, Malaika ambaye hakuwa na Nguvu za kuponya, licha ya kuwa alitumwa na Allah?

Kwanini Allah alimtuma Jibril kwenda kumwombea Mtume Muhammad, huku akifahamu fika kuwa Muhammad hato pona?

Hayo ni maswali machache tu ambayo unaweza jiuliza. Je, Allah ni Mungu? Kama ni Mungu, kwanini alishindwa kumponya Mtume wake Muhammad (Pbuh)?

Biblia inasema yafuato kupitia Injili kutokana na Marko.

Marko 16: 17 "Nazo ishara hizi zitafuatana na wale waaminio: Kwa Jina Langu watatoa pepo wachafu, watasema kwa lugha mpya, 18watashika nyoka kwa mikono yao na hata wakinywa kitu cho chote cha kuua, hakitawadhuru kamwe, wataweka mikono yao juu ya wagonjwa, nao watapona."

Wakristo wamepewa uwezo wa kuombea wagonjwa katika Jina la Yesu, jambo ambalo halipo kwenye Uislam. Biblia inasema kwa Jina la Yesu, tutatoa Pepo Wachafu, n.k. Haya mamlaka tumepewa na Yesu. Yesu ametupa Jina Lake ambalo lipo juu ya majina yote. Ndio jina pekee linaloweza kutoa pepo, kuponya, kufufua na kufanya mengi.

Yesu hakuwa Nabii au Mtu wa Kawaida. Matendo yake yanajidhihiriza kila siku kupitia wafuasi wake.

Nawasihi mumpokee Yesu ambaye alikuwa na uwezo wa kufufua watu, kuponya watu na kuumba. Haya maneno yamesemwa na Allah kwenye Quran na Biblia inakiri hayo.

Kama kweli Allah ni Mungu, kwanini alimtuma Jibril kumwombea Muhammad wakati akifahamu kuwa Muhammad atakufa?

Yesu hakuwa Isa Bin Mariam bali Yesu ni Mungu Muumbaji na Mungu anaye poya magonjwa.

SOMO LA KUMI NA NANE

Yesu Kristo si Isa Bin Mariam, maana Muislam wa kwanza ni Muhammad aliye zaliwa miaka 570 baada ya Yesu

Kwa mujibu wa vifungu kadhaa katika Quran, Muhammad alikuwa Mwislamu wa kwanza:

Surat Al-An'am 6:14

أَنْ أُمِرْتُ إِنِّي قُلْ يُطْعَمُ وَلَا يُطْعِمُ وَهُوَ وَٱلْأَرْضِ ٱلسَّمَٰوَٰتِ فَاطِرِ وَلِيًّا أَتَّخِذُ ٱللَّهِ أَغَيْرَ قُلْ ٱلْمُشْرِكِينَ مِنَ تَكُونَنَّ وَلَا أَسْلَمَ مَنْ أَوَّلَ أَكُونَ *Sema: Je! nimchague rafiki mlinzi asiyekuwa Mwenyezi Mungu, Muumba wa mbingu na ardhi, anayelisha wala halishwi? Sema: Nimeamrishwa niwe wa kwanza kusilimu. Wala usiwe miongoni mwa washirikina. S. 6:14 Pickthall*

Sema: Hakika Mola wangu Mlezi ameniongoza katika njia iliyonyooka, Dini ya haki, kundi la Ibrahim mwongofu. wala hakuwa muabudu masanamu. Sema: Hakika Sala zangu, na ibada zangu, na uhai wangu, na kufa kwangu, ni wakfu kwa Mwenyezi Mungu, Mola Mlezi wa viumbe vyote. Yeye hana mshirika. Haya nimeamrishwa: Mimi ndiye Muislamu wa kwanza (Wa 'Ana 'Awwalu Al-Muslimin). S. 6:161-163 Uuzaji

ٱلْمُسْلِمِينَ أَوَّلُ وَأَنَا أُمِرْتُ وَبِذَٰلِكَ لَهُ شَرِيكَ لَا *Hana mshirika. Haya ndiyo niliyoamrishwa, na mimi ni wa kwanza wa Waislamu. S. 6:163 Rodwell*

لَهُ مُخْلِصًا ٱللَّهَ أَعْبُدَ أَنْ أُمِرْتُ إِنِّي قُلْ *Sema (Ewe Muhammad):* ٱلدِّينَ *Hakika! Nimeamrishwa nimuabudu Mwenyezi Mungu, na kumtakasia Yeye Dini.* ٱلْمُسْلِمِينَ أَوَّلَ أَكُونَ لِأَنْ وَأُمِرْتُ *Na nimeamrishwa niwe wa kwanza katika walio Waislamu. S. 39:11-12 Pickthall*

Hili linapingwa na Quran na Hadith mbalimbali za Kiislamu zinazorejelea uwepo wa waumini wa kweli kabla na wakati wa madai ya "wito" wa Muhammad kwenye utume. Quran inataja kuwa Adam, Nuh, Mababu, makabila kumi na mawili ya Israil, Musa, Isa n.k., wote walikuwa waumini na wengi wao hata Mitume walioishi muda mrefu kabla ya Muhammad.

Hakika Mola wako Mlezi aliwaambia Malaika: لِلْمَلَٰئِكَةِ رَبُّكَ قَالَ وَإِذْ نُسَبِّحُ وَنَحْنُ ٱلدِّمَآءَ وَيَسْفِكُ فِيهَا أَتَجْعَلُ قَالُوا۟ خَلِيفَةً ٱلْأَرْضِ فِي جَاعِلٌ إِنِّي *Nitamuumba Khalifa katika ardhi.* تَعْلَمُونَ لَا مَا أَعْلَمُ إِنِّي قَالَ لَكَ وَنُقَدِّسُ بِحَمْدِكَ *Wakasema: Je! Utaweka humo atakaye fanya uharibifu humo na kumwaga damu, na hali tunakusifu na tunalitukuza jina lako takatifu? Akasema: "Nayajua msiyoyajua."... Na tazama tuliwaambia Malaika:* ٱلْكَٰفِرِينَ مِنَ وَكَانَ وَٱسْتَكْبَرَ أَبَىٰ إِبْلِيسَ إِلَّا فَسَجَدُوا۟ لِءَادَمَ ٱسْجُدُوا۟ لِلْمَلَٰئِكَةِ قُلْنَا وَإِذْ *"Msujudieni Adam" na wakasujudu. Sivyo hivyo Iblisi; alikataa na akajivuna,*

na alikuwa miongoni mwa walio kufuru. Tukasema:
ٱلشَّجَرَةَ هَٰذِهِ تَقْرَبَا وَلَا شِئْتُمَا حَيْثُ رَغَدًا مِنْهَا وَكُلَا ٱلْجَنَّةَ أَنتَ ٱسْكُنْ يَٰٓـَٔادَمُ وَقُلْنَا
ٱلظَّٰلِمِينَ مِنَ فَتَكُونَا *"Ewe Adam! Kaa wewe na mkeo katika Pepo, na kuleni humo riziki kama mpendavyo, wala msiukaribie mti huu, msije mkapata madhara na uadui.* ٱلرَّحِيمُ ٱلتَّوَّابُ هُوَ إِنَّهُ عَلَيْهِ فَتَابَ كَلِمَٰتٍ رَّبِّهِ مِن ءَادَمُ فَتَلَقَّىٰ *Adam kutoka kwa Mola wake Mlezi maneno ya wahyi, na Mola wake Mlezi akamgeukia. Hakika Yeye ni Mwenye kupokea toba, Mwenye kurehemu. S. 2:30, 34-35, 37*
وَإِسْمَٰعِيلَ إِبْرَٰهِيمَ إِلَىٰ وَأَوْحَيْنَا بَعْدِهِ مِن وَٱلنَّبِيِّۦنَ نُوحٍ إِلَىٰ أَوْحَيْنَا كَمَا إِلَيْكَ أَوْحَيْنَا إِنَّا ۞
دَاوُۥدَ وَءَاتَيْنَا وَسُلَيْمَٰنَ وَهَٰرُونَ وَيُونُسَ وَأَيُّوبَ وَعِيسَىٰ وَٱلْأَسْبَاطِ وَيَعْقُوبَ وَإِسْحَٰقَ
زَبُورًۭ *Tumekuletea wahyi kama tulivyoituma kwa Nuhu na Mitume baada yake, na tulimpelekea wahyi Ibrahim, na Ismail, na Is-haq, na Yaaqub, na makabila, na Isa, na Ayubu, na Yona, na Harun, na Sulaiman, na Daud. Tulitoa Zaburi. S. 4:163*
وَسُلَيْمَٰنَ دَاوُۥدَ ذُرِّيَّتِهِ وَمِن قَبْلُ مِن هَدَيْنَا وَنُوحًا هَدَيْنَا كُلًّا وَيَعْقُوبَ إِسْحَٰقَ لَهُۥ وَوَهَبْنَا
وَأَيُّوبَ وَيُوسُفَ وَمُوسَىٰ وَهَٰرُونَ وَكَذَٰلِكَ نَجْزِي ٱلْمُحْسِنِينَ *Na tulimpa Is-haq na Yaaqub wote walikuwa waongofu, na kabla yake tulimuongoza Nuhu na katika kizazi chake Daud na Sulaiman na Ayub na Yusuf na Musa na Harun. 6:84*

Na Ibrahim na Ismail walipo simamisha misingi ya ile Nyumba: *Mola wetu Mlezi! kukubali kutoka kwetu; Hakika Wewe ndiye Mwenye kusikia, Mjuzi: Mola wetu Mlezi! na utujaalie tuwe wenye kunyenyekea (waislamu) Kwako na (utujaalie) katika dhuria wetu umma unaonyenyekea kwako, na utuonyeshe njia zetu za ibada na utuelekee (kwa rehema), hakika Wewe ndiye Mwingi wa toba. kwa rehema), Mwenye kurehemu. Mola wetu Mlezi! Na waletee Mtume miongoni mwao awasomee Aya zako, na awafundishe Kitabu na hikima, na awatakase. Hakika Wewe ndiye Mwenye nguvu, Mwenye hikima. Na ni nani anayeiacha mila ya Ibrahim isipokuwa yule anayejifanya mjinga, na bila shaka tulimteuwa katika dunia, na hakika yeye Akhera ni miongoni mwa watu wema. Mola wake Mlezi alipo mwambia kuwa ni mwislamu (aslim) alisema: Nimejisalimisha kwa Mola Mlezi wa walimwengu wote. Na vivyo hivyo Ibrahim aliwausia wanawe na Yaaqub. Enyi wanangu! Hakika Mwenyezi Mungu amekuteulieni imani, basi msife isipokuwa nyinyi ni Waislamu (illa waantum muslimoona). La! Je! mlikuwa mashahidi yalipo mfika Yaaqub mauti, alipo waambia wanawe: Mtaabudu nini baada yangu? Wakasema: Tutamuabudu Mungu wako na Mungu wa baba zako, Ibrahim na Ismail na Is-haq, Mungu Mmoja tu, na sisi tumesilimu kwake (wanahnu lahu muslimoona). S. 2:127-133 Shakiri*

Na *Isa alipokuta ukafiri kwao alisema: Ni nani wasaidizi wangu kwa Mwenyezi Mungu? Wanafunzi wakasema:* صِرَٰطٌ هَٰذَا فَٱعْبُدُوهُ وَرَبُّكُمْ رَبِّي ٱللَّهَ إِنَّ

مُّسْتَقِيمٌ *"Sisi ni wasaidizi wa Mwenyezi Mungu, tumemuamini Mwenyezi Mungu, na wewe shuhudia kwamba sisi ni Waislamu." S. 3:52*

Ibrahim ٱلْمُشْرِكِينَ مِنْ كَانَ وَمَا مُّسْلِمًا حَنِيفًا كَانَ وَلَكِن نَّصْرَانِيًّا وَلَا يَهُودِيًّا إِبْرَٰهِيمُ كَانَ مَا *hakuwa Myahudi wala Mkristo bali alikuwa (mtu) mwongofu, Mwislamu (muislamu), na hakuwa miongoni mwa washirikina. S. 3:67 Shakiri*

Wote hawafanani; katika Watu wa Kitabu kuna kundi lililo sawa. wanasoma Aya za Mwenyezi Mungu nyakati za usiku na wanamsujudia. Wanamuamini Mwenyezi Mungu na Siku ya Mwisho, na wanaamrisha mema, na wanakataza maovu, na wanapigana Jihadi katika kutenda mema, na hao ni miongoni mwa watu wema. Na kheri yoyote wanayo ifanya hawatanyimwa, na Mwenyezi Mungu anawajua wachamngu. S. 3:113-115 Shakiri

Tumekuletea wahyi kama tulivyoituma kwa Nuhu na Mitume baada yake, na tulimpelekea wahyi Ibrahim, na Ismail, na Is-haq, na Yaaqub, na makabila, na Isa, na Ayubu, na Yona, na Harun, na Sulaiman, na Daud. Tulitoa Zaburi. S. 4:163

Na tulimpa Is-haq na Yaaqub wote walikuwa waongofu, na kabla yake tulimuongoza Nuhu na katika kizazi chake Daud na Sulaiman na Ayub na Yusuf na Musa na Harun. 6:84

Na Ibrahim na Ismail walipo simamisha misingi ya ile Nyumba: Mola wetu Mlezi! kukubali kutoka kwetu; Hakika Wewe ndiye Mwenye kusikia, Mjuzi: Mola wetu Mlezi! na utujaalie tuwe wenye kunyenyekea (waislamu) Kwako na (utujaalie) katika dhuria wetu umma unaonyenyekea kwako, na utuonyeshe njia zetu za ibada na utuelekee (kwa rehema), hakika Wewe ndiye Mwingi wa toba. kwa rehema), Mwenye kurehemu. Mola wetu Mlezi! Na waletee Mtume miongoni mwao awasomee Aya zako, na awafundishe Kitabu na hikima, na awatakase. Hakika Wewe ndiye Mwenye nguvu, Mwenye hikima. Na ni nani anayeiacha mila ya Ibrahim isipokuwa yule anayejifanya mjinga, na bila shaka tulimteuwa katika dunia, na hakika yeye Akhera ni miongoni mwa watu wema. Mola wake Mlezi alipo mwambia kuwa ni mwislamu (aslim) alisema: Nimejisalimisha kwa Mola Mlezi wa walimwengu wote. Na vivyo hivyo Ibrahim aliwausia wanawe na Yaaqub. Enyi wanangu! Hakika Mwenyezi Mungu amekuteulieni imani, basi msife isipokuwa nyinyi ni Waislamu (illa waantum muslimoona). La! Je! mlikuwa mashahidi yalipo mfika Yaaqub mauti, alipo waambia wanawe: Mtaabudu nini baada yangu? Wakasema: Tutamuabudu Mungu wako na Mungu wa baba zako, Ibrahim na Ismail na Is-haq, Mungu Mmoja tu, na sisi tumesilimu kwake (wanahnu lahu muslimoona). S. 2:127-133 Shakiri

Na Isa alipokuta ukafiri kwao alisema: Ni nani wasaidizi wangu kwa Mwenyezi Mungu? Wanafunzi wakasema: "Sisi ni wasaidizi wa Mwenyezi

Mungu, tumemuamini Mwenyezi Mungu, na wewe shuhudia kwamba sisi ni Waislamu." S. 3:52

Ibrahim hakuwa Myahudi wala Mkristo bali alikuwa (mtu) mwongofu, Mwislamu (muislamu), na hakuwa miongoni mwa washirikina. S. 3:67 Shakiri

Wote hawafanani; katika Watu wa Kitabu kuna kundi lililo sawa. wanasoma Aya za Mwenyezi Mungu nyakati za usiku na wanamsujudia. Wanamuamini Mwenyezi Mungu na Siku ya Mwisho, na wanaamrisha mema, na wanakataza maovu, na wanapigana Jihadi katika kutenda mema, na hao ni miongoni mwa watu wema. Na kheri yoyote wanayo ifanya hawatanyimwa, na Mwenyezi Mungu anawajua wachamngu. S. 3:113-115 Shakiri

Excursus:

Quran inasema kwamba kila mtu ameumbwa katika hali ya asili ya dini, ambayo Hadith inaifasiri kuwa ni Uislamu. Kwa maneno mengine, kila binadamu amezaliwa Muislamu!

Basi uelekeze uso wako kwenye Dini katika hali iliyo sawa - umbile la Mwenyezi Mungu ambalo amewaumba humo watu. hakuna mabadiliko katika viumbe vya Mwenyezi Mungu. hiyo ndiyo dini iliyo sawa, lakini watu wengi hawajui -- S. 30:30 Shakir

Amesimulia Abu Huraira:

Mtume wa Mwenyezi Mungu amesema, "Kila mtoto huzaliwa akiwa na imani ya kweli ya Uislamu (yaani asimwabudu yeyote ila Mwenyezi Mungu Peke Yake) lakini wazazi wake wanamgeuza na kuingia katika Uyahudi, Ukristo au Ujusi, kama mnyama anavyotoa mnyama kamili. Je!?" Kisha Abu Huraira akazisoma Aya tukufu: "Hali ya Mwenyezi Mungu iliyo safi ya Kiislamu (imani ya kweli ya Uislamu) (yaani kutomwabudu yeyote isipokuwa Mwenyezi Mungu) ambayo Amewaumba kwayo wanadamu. Hakuna mabadiliko yasiwepo katika dini ya Mwenyezi Mungu (yaani kutojiunga na yeyote katika dini ya Mwenyezi Mungu). muabuduni pamoja na Mwenyezi Mungu). Hiyo ndiyo Dini iliyonyooka, lakini watu wengi hawajui." (30.30) (Sahih Al-Bukhari, Juzuu ya 2, Kitabu cha 23, Namba 441)

Amesimulia Abu Huraira:

Mtume akasema, "Kila mtoto amezaliwa na imani ya kweli ya Uislamu (yaani asimwabudu yeyote ila Mwenyezi Mungu Peke Yake) na wazazi wake wanamgeuza na kuingia katika Uyahudi au Ukristo au Ujusi, kama mnyama anavyotoa mnyama kamili. Je, unakuta amekatwa viungo vyake?" (Sahih Al-Bukhari, Juzuu ya 2, Kitabu cha 23, Namba 467)

Tena, je, hii haionyeshi kwamba kila mtu aliyeishi kabla ya Muhammad alikuwa tayari Muislamu, angalau kwa muda fulani, ingawa wengi wao wanaweza kuwa wamekengeuka kutoka kwenye njia baadaye?

Ibn Ishaq anataja watu wanne wakati wa Muhammad ambao walisemekana kuwa wafuasi wa dini ya Ibrahim:

Siku moja Maquraishi walipokuwa wamekusanyika katika siku ya karamu ili kuliheshimu na kulizunguka sanamu ambalo walilitolea dhabihu, hii ikiwa ni sikukuu ambayo walikuwa wakiifanya kila mwaka, watu wanne walitengana kwa siri na wakakubali kuweka shauri lao katika vifungo vya urafiki. Walikuwa Waraqa b. Naufal, Ubaydullah b. Jahsh, ambaye mama yake alikuwa Umayma d. 'Abdu'l Muttalib, Uthman b. al-Huwayrith na Zayd b. 'Amr. Walikuwa wakiona kuwa watu wao wameiharibu mila ya baba yao Ibrahim, na kwamba jiwe walilolizunguka halina thamani, halisikii wala kuona, wala kuumiza wala kusaidia. 'Jitafutieni dini,' wakasema, 'kwa kuwa nyinyi wallahi hamna.' Basi wakaenda kutafuta 'Hanafiya' -- dini ya Ibrahim. (The Life of Muhammad, trans. Alfred Guillaume [Oxford University Press Karachi], p. 99; msisitizo uliotiliwa mkazo ni wetu)

Inashangaza kwamba Quran inamwita Ibrahim kuwa ni Hanif:

Ibrahim hakuwa Myahudi wala Mkristo, bali alikuwa ni Muislamu wa kweli Hanifa, na hakuwa katika Mushrikin. S. 3:67 Ibn Kathir (*)

Sema: Hakika Mola wangu Mlezi ameniongoa kwenye Njia Iliyo Nyooka, Dini Iliyo Nyooka, Dini ya Ibrahim, Hanif. S. 6:161 Ibn Kathir (*)

Al-Bukhari anarekodi kukimbia kwa Muhammad na mmoja wa hawa wanaoitwa Hanif:

Imepokewa kutoka kwa *Abdullah*:

Mtume wa Mwenyezi Mungu (saww) alisema kwamba alikutana na Zaid bin Amr Nufail mahali karibu na Baldah na hii ilikuwa imetokea kabla ya Mtume wa Mwenyezi Mungu kupata Wahyi wa Mwenyezi Mungu. Mtume wa Mwenyezi Mungu (s.a.w.w.) aliwasilisha sahani ya nyama (iliyotolewa kwake na washirikina) kwa Zaid bin Amr, lakini Zaid akakataa kuila kisha akawaambia (kuwaambia washirikina): "Sili katika mnachochinja juu yake. Na wala silii madhabahu zenu za mawe (Ansabu) isipokuwa kile ambacho kimetajwa jina la Mwenyezi Mungu juu ya kuchinja. (Sahih Al-Bukhari, Juzuu ya 7, Kitabu cha 67, Namba 407)

Cha kustaajabisha, ilikuwa ni mmojawapo wa Hanif hawa waliomsadikisha Muhammad kwamba alikuwa nabii wa Mungu:

Khadija kisha akafuatana naye hadi kwa binamu yake Waraqa bin Naufal bin Asad bin Abdul Uzza, ambaye, wakati wa Kipindi cha Kabla ya Uislamu alikua Mkristo na alikuwa akiandika maandishi hayo kwa herufi za Kiebrania. Angeandika kutoka katika Injili kwa Kiebrania kiasi ambacho Mwenyezi Mungu alitaka aandike. Alikuwa mzee na alikuwa amepoteza uwezo wa kuona. Khadija akamwambia Waraqa, "Sikiliza hadithi ya mpwa wako, ewe binamu yangu!" Waraqa akauliza, "Ewe mpwa wangu! Umeona nini?" Mtume wa Mwenyezi Mungu alieleza yote aliyoyaona. Waraqa akasema, "Huyu ndiye yule yule anayeziweka siri (Malaika Jibril) ambaye Mwenyezi Mungu alimtuma kwa Musa. Laiti ningekuwa mdogo na ningeweza kuishi hadi wakati ambapo watu wako wangekufukuza." Mtume wa Mwenyezi Mungu akauliza: Je, watanitoa? Waraqa akajibu kwa yakini na akasema: "Yeyote (mtu) aliyekuja na kitu sawa na ulichokuja nacho, alifanyiwa uadui; na kama ningebaki hai mpaka siku mtakapotolewa, basi ningekuunga mkono kwa nguvu. " Lakini baada ya siku chache Waraqa alifariki na Wahyi wa Mwenyezi Mungu pia ukasitishwa kwa muda. (Sahih Al-Bukhari, Juzuu 1, Kitabu 1, Namba 3)

Vyanzo hivi vinaifanya iwe dhahiri kabisa kwamba Muhammad hakuwa muumini wa kwanza.

Haiishii hapa. Quran mahali pengine inadai kwamba Musa alikuwa wa kwanza kuamini:

Alipo fika Musa mahali tulipo panga, na Mola wake Mlezi akamwambia, akasema: Ewe Mola wangu Mlezi! Nionyeshe ili nikutazame. Mwenyezi Mungu akasema: "Hakika wewe hunioni Mimi (mwelekeo); lakini utazame mlima, ukikaa mahali pake, basi utaniona. Mola wake Mlezi alipo dhihirisha utukufu wake juu ya Mlima, akaufanya kuwa udongo. Na Musa akaanguka chini katika kuzimia. Alipopata fahamu alisema: Umetakasika! Hakika mimi nimetubu kwako, na mimi ndiye wa kwanza kuamini. S. 7:143

Kwa mujibu wa Quran, kuwa Muumini ni kuwa Mwislamu kwani hakuna dini nyingine inayokubalika mbele ya Mwenyezi Mungu:

Dini ya kweli kwa Mungu ni Uislamu. Walio pewa Kitabu hawakukhitalifiana ila baada ya kuwajia ilimu, wakifanyiana jeuri. Na anaye zikataa Ishara za Mwenyezi Mungu. Mwenyezi Mungu ni Mwepesi wa kuhisabu. S. 3:19 Arberry

Anayetaka dini nyingine isiyokuwa Uislamu haitakubaliwa kwake; Akhera atakuwa miongoni mwa walio khasiri. S. 3:85 Arberry

Na, kama aya hizo hapo juu zilivyoonyesha, Quran inadai kwamba Mitume na Mitume wote walikuwa Waislamu. Kwa hiyo, kwa Musa kuwa muumini wa kwanza ina maana kwamba yeye pia alikuwa Mwislamu wa kwanza.

Kwa hakika, watu wanaweza kuitwa Waislamu bila ya kuwa Muumini (waumini) bado, lakini kwa hakika si kinyume chake kwani Quran inasema:

Waarabu wakasema: "Sisi ni Mu'min." Sema: Hamkuamini; mnachosema ni: 'Sisi ni Waislamu' mpaka ithibitike katika nyoyo zenu.

Mkimt'ii MWENYEZI MUNGU na Mtume wake, hatapoteza amali zenu hata kidogo. ALLAH ni Msamehevu, Mwenye kurehemu. S. 49:14 R. Khalifa

Kwa hakika hatuwezi kuwa na "wa kwanza" wawili. Ama Muhammad alikuwa wa kwanza kuamini au Musa alikuwa wa kwanza. Baadhi ya Waislamu wanapata werevu sana na kudai kwamba vifungu hivi vinaeleza tu kwamba Muhammad na Musa walikuwa wa kwanza kuamini kutoka kwa vizazi vyao husika. Wengine wanadai kwamba vifungu hivi kwa hakika vinamaanisha kwamba watu hawa walikuwa wa kwanza kati ya watu wa zama zao kupokea ujumbe:

Quran inamtaja kila mtume kama muumini wa kwanza miongoni mwa watu wake. Hili ni jambo la kimantiki kwani mjumbe ndiye wa kwanza kupokea ujumbe. Muhammad anasemwa kama Muislamu/Muumini wa kwanza miongoni mwa watu wake, kwani wahyi ulimjia yeye kabla ya wengine wote.

Tunaposoma kisa cha Musa katika Sura ya 7, tunasoma jinsi alivyojiita yeye mwenyewe kama wa kwanza wa waumini. Ni dhahiri Musa hakumaanisha kuwa yeye ndiye muumini wa kwanza wa wakati wote, bali alichomaanisha ni kuwa yeye ndiye wa kwanza kuamini kutoka miongoni mwa watu wake mwenyewe: (Chanzo)

Ufafanuzi huu wa mwisho ni wa makosa kwa vile hakuna chochote katika vifungu kinachosema kwamba "kwanza" hapa ina maana kwamba walikuwa wa kwanza kupokea ujumbe. Kwa hakika, Quran yenyewe inakanusha madai haya kwani tunaona katika kisa cha Musa kwamba mama yake na ndugu yake Harun walikuwa ni waumini waliopata wahyi:

Tumekuletea wahyi kama tulivyoituma kwa Nuhu na Mitume baada yake, na tulimpelekea wahyi Ibrahim, na Ismail, na Is-haq, na Yaaqub, na makabila, na Isa, na Ayubu, na Yona, na Harun, na Sulaiman, na Daud. Tulitoa Zaburi. S. 4:163

Kisha baada yao tukawatuma Musa na Harun kwa Firauni na wakuu wake pamoja na Ishara zetu. Lakini walijivuna, wakawa watu wakosefu. S. 10:75

Na kwa rehema zetu tulimpa nduguye, Harun, kuwa Nabii. S. 19:53

Hapo zamani tuliwapa Musa na Haruni kigezo (cha hukumu), na Nuru na mawaidha kwa wafanyao mema - S. 21:48

Akasema: Ewe Mola wangu Mlezi! Mimi nachelea wasinizuie kwa uwongo. Kifua changu kitadhikika. Na maneno yangu hayawezi kwenda, basi mtume kwa Harun. Na (zaidi) wana shitaka la uhalifu dhidi yangu; na ninaogopa wasiniue." Mwenyezi Mungu akasema: "Hapana! Basi endeleeni na

Ishara zetu; Tuko pamoja nawe, na tutasikiliza (wito wako). Basi nendeni nyinyi wawili, kwa Firauni, na mwambieni: Sisi tumetumwa na Mola Mlezi wa walimwengu wote, 'Tuma pamoja nasi Wana wa Israili.'" S. 26:12-17 (Taz. . 20:29-41; 23:45; 25:35; 28:33-35; 37:114-120)

Na tukampa wahyi mama yake Musa: Mnyonyeshe, na unapomkhofu basi mtupe mtoni, wala usiogope wala usihuzunike. Hakika! Tutamrudisha kwako na tutamfanya (mmoja) katika Mitume wetu. S. 28:7

Ingawa labda mtu angeweza kusema kwamba Mungu alizungumza na Musa mapema kidogo kuliko Haruni, kwa habari ya mama yake Musa, alipokea kwa uwazi maongozi ya Mungu (na aliamini na kutii) kabla Mungu hajazungumza na Musa.

Biblia Takatifu inasema:

"Hasira ya Bwana ikawaka juu ya Musa, akasema, Je! atafurahi moyoni mwake, nawe utasema naye, na kuyaweka maneno kinywani mwake; na mimi, naam, mimi nitakuwa pamoja na kinywa chako na kinywa chake, nami nitawafundisha mtakayofanya. atasema kwa ajili yako na watu, naye atakuwa kama kinywa kwako, nawe utakuwa kama Mungu kwake'... Sasa BWANA akamwambia Haruni, Nenda ukamlaki Musa nyikani.' Basi akaenda akakutana na Musa. akamwambia Haruni juu ya mlima wa Mungu, akambusu; Musa akamwambia Haruni maneno yote ya Bwana, ambayo alikuwa amemtuma nayo, na ishara zote alizomwamuru kuzifanya. Kutoka 4:14-16, 27-28

Kwa hakika, muktadha wa karibu wa Sura 7:143 unaonyesha kwamba Haruni alikuwa tayari muumini wakati huu:

Wakasema: Tumemuamini Mola Mlezi wa viumbe vyote, Mola Mlezi wa Musa na Harun.... Na tukaweka pamoja na Musa mikesha thelathini, na tukaikamilisha kwa kumi. Basi muda wa Mola wake Mlezi ulikuwa masiku arubaini. na Musa akamwambia ndugu yake Harun: 'Kuwa warithi wangu katika watu wangu, na urekebishe mambo, wala usifuate njia ya waharibifu.'... Na Musa alipoufikia wakati wetu na Mola wake Mlezi akasema naye. akasema: Ewe Mola wangu Mlezi nionyeshe ili nikuone! Akasema, 'Hutaniona; lakini tazama, mlima ukikaa mahali pake, ndipo utaniona. Na Mola wake Mlezi alipomteremsha kwenye mlima aliufanya kuwa udongo. Musa akaanguka chini akiwa amezimia. Basi alipozinduka alisema: Umetakasika! Natubu Kwako; Mimi ni wa kwanza wa Waumini. S. 7:121-122, 142

Jibu la wachawi linaonyesha kwamba Haruni alikuwa pale akimsaidia Musa na kwa hiyo alikuwa muumini; ukweli kwamba Musa anamteua kama mrithi wake unakubali zaidi jambo hili.

Ni dhahiri kabisa katika nuru ya hayo yaliyotangulia kwamba Mungu alizungumza na Haruni karibu wakati ule ule alipozungumza na Musa. Hii ina maana kwamba Musa hakuwa mwamini wa kwanza, wala hakuwa mtu wa kwanza ambaye Mungu alizungumza naye.

Zaidi ya hayo, tayari tumeona kwamba Quran na vyanzo vyote viwili vya Kiislamu vinaonyesha wazi kwamba Muhammad hakuwa muumini wa kwanza. Quran pia inaonyesha kwamba walikuwepo waumini wengine zaidi ya Harun katika zama za Musa:

Akasema Muumini, MTU mmoja miongoni mwa WATU WA FARAO, ambaye alikuwa ameificha imani yake: "Je, nyinyi mnamuuwa mtu kwa sababu anasema: 'Mola wangu Mlezi ni Mwenyezi Mungu? Na ikiwa ni mwongo, basi ni juu yake (dhambi ya) uwongo wake. Lakini ikiwa anasema kweli, basi litakuangukia katika (msiba) anaokuonya. hamwongoi anaye ruka mipaka na kusema uwongo. Enyi watu wangu! Enyi watu wangu! Ufalme ni wenu leo, nyinyi ndio wenye cheo katika ardhi, lakini ni nani atakayetunusuru na adhabu ya Mwenyezi Mungu, je! Firauni akasema: Hakika mimi nakuashiria ninayo yaona, wala sikuongoi ila kwenye Njia ya Haki. Akasema yule mtu aliyeamini: Enyi watu wangu! Hakika mimi nakukhofieni kama Siku ya Makundi. Kama hali ya kaumu ya Nuhu, na A'd. Thamud na waliokuja baada yao, lakini Mwenyezi Mungu hataki kuwadhulumu waja wake. kimbieni, hamtakuwa na mlinzi kwa Mwenyezi Mungu, ambaye Mwenyezi Mungu amemwacha kupotea hakuna wa kumwongoa." Na alikujieni Yusuf katika nyakati zilizopita pamoja na Ishara zilizo wazi, lakini hamkuacha kuwa na shaka na Utume. Alipo kuja. Alipo kufa mlisema: Mwenyezi Mungu hatamtuma Mtume baada yake. Hivyo ndivyo Mwenyezi Mungu anavyowaacha wapotevu wapotovu na wakae katika shaka, wanaobishana juu ya Aya za Mwenyezi Mungu bila ya dalili yoyote iliyowafikia, ni chukizo kubwa mbele ya Mwenyezi Mungu na Waumini. Hivyo ndivyo Mwenyezi Mungu anavyo piga muhuri kila moyo wa dhulma dhalimu…" Yule mtu aliyeamini akasema zaidi: "Enyi watu wangu! Nifuateni mimi. Enyi watu wangu! Haya maisha ya sasa si chochote ila ni starehe (ya muda) tu, na Akhera ndiyo Nyumba yenye kudumu. "Mwenye kufanya ubaya hatalipwa ila mfano wake, na anaye tenda mema, akiwa mwanamume au mwanamke, naye ni Muumini, hao wataingia Peponi. Humo watapata wasaa bila hesabu. Na enyi watu wangu!Ni ajabu iliyoje kwangu kukuitani kwenye Wokovu na hali nyinyi mnaniita kwenye Moto, mnaniita nimkufuru Mwenyezi Mungu, na nimshirikishe Yeye nisiowajua. Na ninakuiteni kwa Aliyetukuka Mwenye uwezo, Mwenye kusamehe tena na tena.Bila shaka mnaniita kwa asiye itwa katika dunia au Akhera, marejeo yetu yatakuwa kwa Mwenyezi Mungu. Hakika wapotovu ni watu wa Motoni, hivi karibuni mtakumbuka ninayo kuambieni, na ninayakabidhi mambo yangu kwa Mwenyezi Mungu. Kisha Mwenyezi Mungu AKAMUOKOA na (kila) shari waliyokuwa wakimfanyia, lakini adhabu ya adhabu iliwazunguka WATU WA FARAO. Wataletwa mbele ya Moto asubuhi na jioni, na Siku itapo simama Saa ya Kiyama: Wapeni watu wa Firauni katika adhabu kali kabisa. S. 40:28-35, 38-46 Y. Ali

Uwepo wa muumini wa Kimisri unaonyesha kwamba Musa hakuwa muumini wa kwanza wa kizazi chake. Mtu huyu lazima awe ameamini kitambo kwa vile anawajua Mitume waliotumwa kwa watu wa Adi na Thamud, wa Nuh, Yusuf, na waliokuja baadaye.

Tatizo linazidi kuwa baya kwani kifungu hiki cha mwisho kinapingana na Sura ifuatayo:

"(Firauni) akasema: "Ukichukua mungu asiyekuwa mimi, basi nitakuweka gerezani." (Musa) akasema: "Hata nikikuonyesha jambo lililo wazi (na) la kusadikisha?" (Firauni) akasema: Basi uonyeshe ikiwa unasema kweli!" Basi (Musa) akaitupa fimbo yake, na tazama, ilikuwa ni nyoka mbichi (ili watu waone)." Akautoa mkono wake, na tazama, ulikuwa mweupe kwa wote. (Firauni) akawaambia wakuu waliomzunguka: "Hakika huyu ni mchawi mjuzi sana. Ana mpango wake wa kukutoeni katika nchi yenu kwa uchawi wake, basi mna shauri gani?" Wakasema: "Mlindeni. na nduguye kwa mashaka (kwa muda kidogo), na uwatume wapiga mbiu Mijini wakusanye-Na uwalete kwako wachawi (wetu) waliobobea." Basi wakakusanyika wachawi kwa miadi ya siku maalumu, Na watu wakaambiwa: 'Je! ikiwa tutashinda?' Akasema: "Naam, (na zaidi), kwani nyinyi mtakuwa karibu zaidi (na nafsi yangu)." Musa akawaambia: "Tupeni mnachokitupa!" Basi wakatupa! kamba zao na fimbo zao, na wakasema: "Kwa uwezo wa Firauni sisi bila ya shaka tutashinda!" Kisha Musa akaitupa fimbo yake, na mara ikameza uwongo wao wote. KISHA wakaanguka wachawi na kusujudu, wakisema: 'Tumemuamini Mola Mlezi wa walimwengu wote, Mola wa Musa na Harun.' Akasema (Firauni): 'Je, mnamwamini kabla sijakupeni idhini? Hakika yeye ndiye kiongozi wenu aliyekufunza uchawi! Lakini hivi karibuni mtajua! Muwe na hakika kwamba nitakata mikono yenu na miguu yenu kwa pande tofauti, na nitawasulubisha nyinyi nyote!' Wakasema: 'Haidhuru! Hakika sisi tutarejea kwa Mola wetu Mlezi. Ila hamu yetu ni kwamba Mola wetu atusamehe makosa yetu, KWA KUWA SISI NDIO WA KWANZA KUAMINI.' S. 26:29-51

Hapa ni wachawi ndio wa kwanza waliokuja kwenye imani! Hili linapingana na vifungu vya awali vinavyodai kwamba Muhammad alikuwa wa kwanza kuamini, na kwamba Musa alikuwa wa kwanza kuamini. Hata kama mtu akitaka kulizuia kumaanisha wale wa kwanza tu kati ya Wamisri, inapingana na 40:28 iliyonukuliwa hapo juu ambayo inaripoti kuhusu mwamini mwingine wa Kimisri. Zaidi ya hayo, Musa alikuwa amekulia miongoni mwa Wamisri (tangu utotoni mpaka utu uzima wake), hata alichukuliwa na mke wa Firauni (kwa mujibu wa Qur'an), kwa hiyo bila shaka walihesabiwa kwao kuwa ni Mmisri. kama mgeni.

Sasa, mtu anaweza kusema kwamba kwanza hapa haimaanishi kihistoria mtu wa kwanza kuamini, lakini kwamba Muhammad alikuwa wa kwanza kwa maana ya kuwa wa kwanza wa waumini, mashuhuri zaidi katika nafasi. Baada ya yote, Quran inataja kwamba Mwenyezi Mungu amechagua baadhi ya mitume juu ya wengine:

Na hao Mitume wengine tumewafadhilisha kuliko wengine; wako ambao Mwenyezi Mungu alisema nao, na wengine aliwapandisha daraja. Na tukampa Isa bin Maryamu Ishara zilizo wazi, na tukamthibitisha kwa Roho Mtakatifu. Na lau kuwa Mwenyezi Mungu angeli taka wasingeli pigana waliokuja baada yake baada ya kuwajia Ishara zilizo wazi. lakini walikhitalifiana, na baadhi yao waliamini na wengine wakakufuru. na lau kuwa Mwenyezi Mungu angetaka wasingeli pigana wao kwa wao. lakini Mwenyezi Mungu hufanya apendavyo. S. 2:253

Na Mola wako Mlezi anawajua vyema waliomo mbinguni na katika ardhi. na tumewafadhilisha baadhi ya Manabii kuliko wengine; na Daudi tukampa Zaburi. S. 17:55

Tatizo la mtazamo huu ni kwamba Quran haimdhihirishi Muhammad kama nabii mkuu au mjumbe. Uchambuzi wa makini wa Quran kwa hakika unaonyesha kwamba wote wawili Yesu na Musa ni wakubwa zaidi. Angalia, kwa mfano, kile kinachosemwa kuhusu familia na ukoo wa ukoo wa Yesu (tunasema eti kwa vile Yesu hakuwa mzao wa Imran):

Mwenyezi Mungu alimteuwa Adam na Nuhu na ukoo wa Ibrahim na ukoo wa Imran juu ya viumbe vyote, kizazi cha wao kwa wao; Mungu anasikia, na anajua. Mke wa Imran aliposema: Mola wangu Mlezi! Pokea Wewe haya kutoka kwangu; Unasikia na unajua. Naye alipomzaa akasema, Bwana, nimemzaa mtoto wa kike. (Na Mwenyezi Mungu aliyajua sana aliyo yazaa; mwanamume si kama jike.) 'Na nimemwita Maryamu, na nimemkabidhi kwako pamoja na uzao wake, ili uwalinde na Shetani aliyelaaniwa.' … Na malaika waliposema, 'Mariamu, Mungu amekuteua, na kukutakasa; Amekuteuwa wewe kuliko wanawake wote. S. 3:33-36, 42

Hapa, mama yake Yesu ameinuliwa juu ya wanawake wote huku baba yake Imran akichaguliwa juu ya wengine wote. Maandiko hayo yanaonekana kupunguza mstari wa wale ambao Mwenyezi Mungu aliwachagua juu ya wengine, yaani, kuanzia Adam, Nuhu, kisha akamchagua Ibrahimu na kizazi chake, na kutoka kwa kizazi cha

Ibrahimu anachagua familia au nyumba ya Imran juu ya wengine. Madai ya kwamba Mariamu ameinuliwa juu ya wanawake wote yanaunga mkono uelewa huu wa kifungu, yaani, kutoka katika uzao wote wa Ibrahim, Imran na nyumba yake, ambayo kwa mujibu wa Quran inajumuisha Yesu, walichaguliwa juu yao wote. Zaidi ya hayo, kuna mambo mengine ambayo Quran inasema kuhusu Yesu ambayo yanamfanya kuwa bora zaidi kuliko Muhammad.

Mbali na hilo, bado mtu anatakiwa kushughulika na tatizo la Musa kuwa muumini wa kwanza, jambo ambalo lingeweza pia kueleweka kama likimaanisha kwamba yeye ndiye aliyekuwa mashuhuri zaidi, na hivyo kupinga madai kwamba Muhammad alikuwa. Hata Hadith zinasema kwamba Muhammad hakuwa mkubwa kama Musa:

Amesimulia Abu Huraira:
"Mtu mmoja katika Waislamu na Mayahudi waligombana, na Mwislamu akasema, 'Naapa kwa yule Aliyempa Muhammad utukufu juu ya watu wote!' Hapo Muislamu akanyanyua mkono wake na kumpiga Myahudi yule Myahudi akaenda kwa Mtume wa Mwenyezi Mungu na kumjulisha yaliyotokea baina yake na Muislamu. bila fahamu siku ya Kiyama nitakuwa wa kwanza kupata fahamu na tazama, Musa atakuwa amesimama ameshikilia ubavu wa Arshi, sijui kama amekuwa miongoni mwa waliopoteza fahamu kisha akapata fahamu. kabla yangu, au ikiwa amekuwa miongoni mwa wale walioachiliwa na Mwenyezi Mungu (kuanguka na kupoteza fahamu).'" (Ona Hadithi Na. 524, Juz. 8) (Sahih Al-Bukhari, Juzuu 9, Kitabu cha 93, Nambari 564).

Hadith pia ina Muhammad anakiri kwamba Ibrahim alikuwa kiumbe bora zaidi, sio yeye:

Anasi b. Imepokewa kutoka kwa Malik kwamba mtu mmoja alikuja kwa Mtume wa Mwenyezi Mungu (rehema na amani ziwe juu yake) akasema: Ewe mbora wa viumbe! Hapo Mtume wa Mwenyezi Mungu (rehema na amani zimshukie) akasema: Yeye ni Ibrahim (amani iwe juu yake). (Sahih Muslim, Kitabu 030, Nambari 5841)

Muislamu anaweza kusema kwamba Musa na Muhammad walikuwa mashuhuri sana miongoni mwa zama zao. Kwa maneno mengine, Musa na Muhammad wote walikuwa wa kwanza kwa maana ya kuwa wakubwa juu ya vizazi vyao husika.

Lakini hata maelezo haya yana matatizo kwani muktadha unaonyesha kwamba, angalau kwa Muhammad anavyohusika, kwanza inaweza tu kumaanisha yule wa kwanza (kwa wakati) kujisalimisha kwa umoja wa Mwenyezi Mungu:

Sema: Je! nimchague rafiki mlinzi asiyekuwa Mwenyezi Mungu,

Muumba wa mbingu na ardhi, anayelisha wala halishwi? Sema: Nimeamrishwa niwe wa kwanza kusilimu. Wala usiwe miongoni mwa washirikina. S. 6:14 Pickthall

Sema: Hakika Mola wangu Mlezi ameniongoza kwenye Njia Iliyo Nyooka, Dini iliyo sawa, Njia (iliyopita) Ibrahim mwongofu, wala hakumshirikisha Mwenyezi Mungu. Sema: Hakika Sala yangu, na ibada yangu, na uhai wangu, na kufa kwangu, ni kwa ajili ya Mwenyezi Mungu, Mola Mlezi wa walimwengu wote. Hana mshirika. kuinamia mapenzi yake. S. 6:161-163 Y. Ali

Katika S. 6:14 kipengele cha muda ni dhahiri. "Kwanza" katika Sura 6:161-163 inabidi ieleweke kwa maana ya muda pia, kwa kuwa kifungu kinazungumza juu ya kuongozwa kwenye njia iliyonyooka, kwenye dini iliyo sawa, akidhania kwamba alikuwa kwenye njia tofauti kabla. Kwa hiyo kuna mabadiliko ya wakati kuhusiana na imani yake, na anatakiwa kuwa wa kwanza anayesujudu kwa mapenzi ya Mwenyezi Mungu.

Rejea ya Ibrahim, mkweli katika imani (6:161) inaweza kuchukuliwa kama dalili kwamba 6:163 inamtaja Muhammad kuwa Muislamu wa kwanza wa zama zake, au miongoni mwa watu wake, kwani vinginevyo itakuwa ni kinyume na taja aya mbili tu hapo awali.

Muhimu zaidi, Quran inaonyesha kwamba Musa hakuwa mtu mashuhuri zaidi wa wakati wake kwani kulikuwa na mtu aliyeitwa Al-Khadir ambaye alikuwa mkuu zaidi:

Na kumbuka Musa alipo mwambia swahiba wake: Sitaacha kufuata mwendo wangu mpaka nifike zinapo kutana bahari mbili, ijapokuwa nitasafiri kwa muda mrefu. Lakini walipofika mahali zilipokutana zile bahari mbili, walisahau samaki wao, naye akaingia baharini akiondoka upesi. Na walipokwisha kupita mahali pale, akamwambia kijana mwenzake, Tuletee chakula chetu cha asubuhi. Hakika sisi tumepata uchovu mwingi kwa ajili ya safari yetu hii. Akajibu: Je! unaona tulipo jipeleka kwenye jabali kwa mapumziko na nikamsahau yule samaki, na hakuna yeyote ila Shet'ani aliyenisahaulisha kukutajia - akashika njia yake baharini kwa namna ya ajabu?

Akasema: Hayo ndiyo tuliyokuwa tukiyatafuta. Basi wote wawili wakarudi, wakizifuata nyayo zao. Kisha wakamkuta mja WETU, tuliye mpa rehema kutoka kwetu, na tukamfunza elimu kutoka kwetu. Musa akamwambia: Je! nikufuate kwa sharti unifundishe baadhi ya uwongofu uliofunzwa? Akajibu, `Huwezi kuwa na subira pamoja nami; Na unawezaje kuwa na subira katika mambo usiyoyafahamu? Akasema: Utanikuta ALLAH akipenda, ni mvumilivu, wala sitakiuka amri yako. Akasema: Hakika ukinifuata, basi *usiniulize chochote mpaka nikuambie. Basi wote wawili wakaondoka hata walipopanda mashua, akatoboa ndani yake. Musa akasema: Je! Umetoa shimo ndani yake ili kuwazamisha waliomo? Hakika umefanya jambo kubwa. Akajibu, 'Je, sikukuambia kwamba huwezi kuwa na subira pamoja nami?' Musa akasema, Msinichukulie kwa yale niliyoyasahau, wala msinitie nguvu kwa kosa langu hili. Basi wakasafiri mpaka wakakutana na kijana; alimwua. Musa akasema, Je! Je! umemuuwa mtu asiye na hatia bila ya yeye kumuua yeyote? Hakika wewe umefanya jambo la kuchukiza. Akajibu, 'Je, sikukuambia ya kwamba huwezi kuvumilia pamoja nami? Musa akasema, Nikikuuliza juu ya neno lolote baada ya haya, usinishikishe pamoja nawe, maana utakuwa umepata udhuru wa kutosha kwangu. Basi wakaenda mpaka walipofika kwa watu wa mji wakawaomba watu wake chakula, lakini wakakataa kuwakaribisha.*

Na wakakuta ndani yake ukuta unakaribia kuanguka, akautengeneza. Musa akasema, Kama ungetaka, ungalilipa. Akasema: Huu ndio mgawanyiko wa njia baina yangu na wewe. Nitakueleza maana ya yale ambayo hukuweza kuyastahimili kwa subira; Ama ile mashua, ilikuwa ya watu fulani maskini waliokuwa wakifanya kazi baharini na nilitamani kuiharibu, kwani nyuma yao kulikuwa na mfalme ambaye alikamata kila mashua kwa nguvu; Na ama vijana wazazi wake walikuwa ni Waumini, na tuliogopa asije akawaingiza katika matatizo kwa uasi na ukafiri. Basi tukataka Mola wao Mlezi awabadilishe aliye bora kuliko yeye kwa utakaso na aliye karibu zaidi katika mapenzi ya kimwana. Na ama ukuta huo ulikuwa wa mayatima wawili wa mjini, na chini yake palikuwa na hazina yao, na baba yao alikuwa ni mtu mwema, basi Mola wako Mlezi akataka wafikie umri wao na wachukue. toa khazina zao, kama rehema itokayo kwa Mola wako Mlezi, wala sikuifanya kwa kupenda kwangu. Huu ndio ufafanuzi wa yale usiyoweza kuvumilia. S. 18:60-82 Sher Ali

Kwa hiyo, sio tu kwamba ni dhana tu kwamba kwanza hapa inahusu umashuhuri au ukuu, madai haya yanapingana moja kwa moja na muktadha wa vifungu vinavyofafanua kwa uwazi kwanza maana ya yule wa kwanza kunyenyekea na kuamini umoja wa Mwenyezi Mungu (angalau katika kesi ya Muhammad). Pia wana mvutano na marejeo ya Quran kwa mja kutoka kwa Mwenyezi Mungu ambaye alikuwa mjuzi zaidi na mkubwa kuliko Musa.

Na kama tulivyoona hapo juu, kwa hakika Muhammad hakuwa wa kwanza kunyenyekea kwa Mwenyezi Mungu kwani wale wanaoitwa Hanif, ambao tulikwishawataja, walisemekana kuwa ni waamini Mungu mmoja wanaofuata dini ya Ibrahim.

Wacha tufanye muhtasari wa shida zote hadi sasa:

Quran   inadai   kuwa   Muhammad   alikuwa   muumini

/msalimishaji wa kwanza.

Vyanzo vyote viwili vya Qur'an na Kiislamu vinaonyesha kwamba kulikuwa na waumini wa kweli kabla ya kuzaliwa kwa Muhammad na wakati wa uhai wake, haswa kabla ya madai yake ya wito wa imani na utume, ikionyesha kwamba huyu wa pili alikuwa mbali na kuwa wa kwanza.

Quran pia inadai kuwa Musa alikuwa wa kwanza kuamini. Kwa kuwa huwezi kuwa na sehemu mbili za kwanza, huu ni utata ulio wazi. Zaidi ya hayo, Ibrahim anaitwa kwa uwazi kabisa Muislamu na aliishi muda mrefu kabla ya wote wawili.

Dai hili lamwisho, yaani, Musa kuwa wa kwanza kuamini, linakanushwa na vifungu vinavyotaja watu wakati wa Musa ambao pia waliamini, yaani, Mmisri wa Sura 40 ambaye alijua kuhusu wajumbe/manabii wa Mungu kama vile Yusufu.

Sura ya 26 inapingana na Sura ya 40 kwa vile tunaambiwa kuwa wachawi wa Firauni walikuwa wa kwanza kuamini.

Kufanya mambo kuwa mabaya zaidi, dai la kwamba baadhi ya wachawi wa Farao walimwamini Musa linapingana na S. 10:83 inayosema kwamba hakuna aliyemwamini isipokuwa baadhi ya watu wa Musa! (Taz. makala hii.)

Uchambuzi wetu unatuongoza kuhitimisha kwamba kwanza haiwezi kumaanisha ukuu au umashuhuri, lakini lazima iwe na maana ya kwanza kwa wakati, ama katika historia yote au ndani ya vizazi husika. Hata hivyo ama kuelewa kunatokeza kupingana na kauli nyinginezo za Quran ambazo zinaonyesha kwamba si Musa wala Muhammadi aliyekuwa wa kwanza kuamini hata katika vizazi vyao.

Na inakuwa ngumu zaidi ... Inaonekana kuna ushahidi unaoonyesha kwamba Quran inamwona Ibrahimu kama Mwislamu wa kwanza. Tuliona kwamba katika sehemu kadhaa waamini wanaitwa kukumbatia dini ya Ibrahimu, kwamba Uislamu ni mfumo wa imani ambao Ibrahimu aliuunga mkono na kuwasihi watoto wake waenende humo (taz. 2:132-133; 3:67; 4:125; 6) :161; 22:78).

Msisitizo wa mara kwa mara wa Uislamu kuwa dini ya Ibrahimu - kinyume na Adamu, Nuhu n.k. -, inaweza kumaanisha kwamba mwandishi wa Quran alidhani kwamba imani kweli ilianza kwake. Uelewa huu unaweza kufasiriwa kutoka kwa maandishi yafuatayo:

Na piganeni katika njia yake kama iwapasavyo kupigana (kwa ikhlasi na kwa nidhamu). Yeye amekuteueni, wala hakuweka uzito juu yenu katika Dini. ni ibada ya baba yenu Ibrahimu. Yeye ndiye aliye kuiteni Waislamu kabla na katika hii. ili Mtume awe shahidi kwenu, na nyinyi muwe mashahidi kwa watu. Basi simamisheni Sala, na toeni Zaka, na mshike Mwenyezi Mungu. Yeye ndiye Mlinzi wako - Mzuri zaidi wa kukulinda na Mzuri zaidi kukusaidia! S. 22:78 Y. Ali

Maana ya hayo hapo juu ni kwamba Mwenyezi Mungu alianza kutumia neno Muslim kwa waumini wakati wa Ibrahimu, na ndio maana inaitwa imani au ibada yake. Si kwa bahati kwamba Ibrahimu ndiye wa kwanza miongoni mwa mitume na mitume wote waliotajwa katika Quran anayeitwa kwa uwazi kabisa Muislamu!

Yafuatayo ni matukio ya maneno Muslim, Waislamu, kujisalimisha (yaani aslama, aslamoo, aslimoo, oslima, aslamtu) ili wasomaji waweze kulichunguza suala hili wao wenyewe: 2:112, 128, 131-133, 136; 3:20, 52, 64, 67, 80, 83-84, 102; 4:92, 125; 5:44, 111; 6:14, 163; 7:126; 10:72, 84, 90; 11:14; 12:101; 15:02; 16:89, 102; 21:108; 22:34, 78; 27:31, 42, 81, 91; 28:53; 29:46; 30:53; 33:35; 37:103; 39:12, 54; 40:66; 41:33; 43.69; 46:15; 49:14, 17; 51:36; 66:05; 68:35; 72:14

Sasa tusije tukalaumiwa kwa kutoelewa maandishi au kupotosha mafundisho ya Qurani, zingatia kile ambacho mwandishi wa Kiislamu afuataye anasema kuhusu suala hili hili:

Kutokuelewana na tafsiri mbovu hapa kunatokana na kutoelewa kwao neno Uislamu (Submission). Licha ya ukweli kwamba Mungu anatuambia katika Quran kwamba Uislamu (Utiifu kwa Mungu Peke Yake) ni wa zamani sawa na Ibrahimu ALIYEKUWA MUISLAMU WA KWANZA (ona 2:128, 2:131, 2:133) NA NANI ALIKUWA WA KWANZA TUTAJIE WAISLAMU (22:78), bado wanazuoni wa Kiislamu leo wanasisitiza kuwa Uislamu umejikita katika kuwa dini ya Quran!!!

Kwa kuunda kauli hiyo ya uwongo, wanazuoni wa Kiislamu wanadai kuwa wao ndio wasimamizi wa ujumbe huo! Katika 3:67 Mungu anatuambia haswa kwamba Ibrahimu hakuwa Myahudi wala Mkristo, bali Muislamu wa Mungu mmoja. Mungu pia anatuambia katika 5:111 kwamba Yesu na Wanafunzi walikuwa Waislamu. Katika 27:44 inatuambia kwamba Sulemani alikuwa Mwislamu na katika 5:44 tunaambiwa juu ya manabii wote waliopewa Torati na ambao wote walikuwa Waislamu.

Kinachothibitisha aya zote hizi ni kwamba kuna Waislamu waliofuata Taurati na Biblia na ambao hawakujua chochote kuhusu Quran. Waislamu hawa walikuwa wanyenyekevu kwa Mungu Peke Yake, Mola Mlezi wa ulimwengu. (Chanzo; msisitizo mkuu ni wetu)

Katika nukuu iliyo hapo juu inaonekana kuna kutoelewana kuhusu S. 22:78. Pengine mtu anapaswa kuielewa aya hii kwa maana ya kwamba si Ibrahimu bali Mwenyezi Mungu ndiye aliyewapa waumini jina la "Waislamu". Bado, tungekubali kwamba vifungu hivi vinatoa hisia kwamba hili lililotokea kwanza wakati wa Ibrahimu, yaani, Ibrahimu na kizazi chake ndio wa kwanza ambao wanaitwa kwa uwazi kabisa Waislamu katika Quran.

Ikiwa ndivyo hivyo basi tunayo mikanganyiko mingine kadhaa ambayo Waislamu lazima waifanyie kazi. Ibrahimu kuwa Muislamu wa kwanza angepinga kauli kwamba Musa na/au Muhammad walikuwa waumini/Waislamu wa kwanza. Hili pia linapingana na ukweli kwamba kulikuwa na mitume na mitume wengine kabla ya Ibrahimu, kama vile Adam na Nuhu, ambao kwa hakika walikuwa waumini la sivyo wasingeweza kuwa wasemaji wa Mwenyezi Mungu! Yaani, isipokuwa tunapaswa kuelewa kutokana na hili kwamba ingawa Nuhu na wengine walikuwa waumini kabla ya Ibrahimu, dini yao haikuwa Uislamu. Kwa kweli walikuwa na dini tofauti.

Ikiwa hitimisho lililotangulia kuhusu Ibrahim ni sahihi basi Waislamu wana matatizo mengi ambayo ni lazima wayashughulikie.

Yesu sio Isa Bin Mariam maana Yesu hakuwa Muislam na wala hakumuabudu Allah. Zaidi ya hapo, Muislam wa Kwanza ni Muhammad.

SOMO KUMI NA TISA

Yesu Kristo alisulubiwa lakini Isa Bin Maryam hakusulubiwa

Hebu tutafakari kwa pamoja somo muhimu sana katika maisha ya Ukristo. Moja ya Misingi ya Imani yetu Wakristo ni tunaamini kuwa Yesu Kristo alisulubiwa, akafa na kuzikwa na hatimaye akafufuka siku ya tatu.

Endapo imani hii itakuwa ni uongo na tukio hilo kama litakuwa halijawahi kutokea ni wazi kuwa imani ya Ukristo ni batili. *"I Korintho 15:13-19" Ni wazi kuwa unapozungumzia kufa na kufufuka kwa Yesu Kristo ni lazima uamini kuwa Yesu alisulubiwa yaani alipata Mateso yaliyosababisha kifo chake na hatimaye akafufuka na kama hivyo sivyo basi Ukristo ni imani mbaya na mbovu kuliko zote.*

Upinzani dhidi ya Kusulubiwa, Kufa na Kufufuka kwa Yesu Kristo.

Kwa kuwa shetani anafahamu kuwa kusulubiwa kwa Yesu Kristo na kufa na kufufuka ndio nguzo muhimu katika imani ya Ukristo ametumia jitihada kubwa sana katika kuhakikisha kuwa watu hawataamini hata kidogo kuwa Yesu alisulubiwa, akafa na kufufuka. Aidha ziko imani nyingine ambazo kwa makusudi au kwa bahati mbaya zinapinga vikali kuhusu kusulubiwa na kufa na kufufuka kwa Yesu na kutumia ujanja mwingi hata wa kupotosha maandiko ili tusiamini kuwa kweli Yesu alisulubiwa na kufa na kuzikwa na kufufuka siku ya Tatu.

Kwa mfano: Waislamu wanaamini kuwa Yesu hakusulubiwa na kufia Msalabani, ndivyo wanavyoamini na kufundishwa na ndivyo Quran inavyofundisha (Surat al Imran 3:54-55, an Nisaa 4:157-158) aya hizi ndizo zinawathibitishia kuwa Yesu Masihi hakusulubiwa na kufia msalabani na huunganisha madai haya kwa kutumia aya zifuatazo katika Biblia.

Wanafundisha kuwa Yesu hakufa msalabani sawa na maneno yake mwenyewe kuhusiana na Ishara ya nabii Yona (Yunusi) sawa na (Mathayo 12:38-40) hivyo kama ilivyokuwa kwa Yona katika tumbo la nyangumi alikuwa hai na Yesu alikuwa hai katika uso wa nchi.

Wanahoji kama ilikuwa ni mapenzi ya Mungu Yesu afe msalabani kwanini aliomba kule bustanini Baba ikiwezekana kikombe hiki kiniepuke? (Mathayo 26:39, Marko14:35, Luka22:42)

Waislamu wanaamini kuwa Mungu aliyasikia maombi ya Yesu Masihi na kumuokoa katika mauti sawa na (Yohana 9:31,11:41-42, Waebrania 5:7) Wanaamini kuwa kuna uthibitisho wa kibiblia kuwa

Mungu aliyasikia maombi yake na ndio maana alianza kumshughulikia mkewe Pilato katika ndoto na Pilato mwenyewe (Mathayo 27:19)

Wanaamini kuwa Pilato alifanya jitihada binafsi ili kumuokoa Yesu na mauti na kwa kufanya yafuatayo;-

Kunawa mikono kuonyesha kuwa Yesu hana hatia na kuwa yeye Pilato hahusiki na damu yake mtu huyo.

Kumfungulia Baraba ili kupata mbadala wa Yesu

Kucheleweshia hukumu kwa kuipeleka kesi kwa Herode kwani alijua kuwa sabato inakaribia, Pia kwa asili kifo cha msalabani ni kifo cha polepole hivyo kwa mtu mwenye afya kama Yesu aliyekuwa na uwezo wa kufunga siku arobaini (40) hangeweza kufa msalabani kiurahisi na ushahidi unaonekana kwa wenziwe waliosulubiwa pamoja nae kuwa walilikatwa miguu (Yohana 19:31-32). Waislamu wanahoji kama Yesu alikufa kweli, kwanini maiti yake ilitoka maji na damu? Wanahoji zaidi lugha ya kibiblia inayoonyesha Pilato akishangazwa na taarifa kuwa Yesu amekwisha kufa mara! (Marko 15:42-44). Wanahoji kuwa jambo lingine la kushangaza ni muonekano wa Yesu mwenyewe baada ya kufufuka kuonekana na Mariam Magdalena akiwa na mavazi kama mtunza Bustani jambo linaloashiria kuwa aliyapata hapo (Yohana 20:13-15). Waislamu wanahoji kuwa kama Yesu alikufa kweli kwa nini hatuna ushahidi toka kwa Yusufu wa Armathaya na Nikodemo waliomzika na sio Mathayo na Marko au Luka ambao hawakuwepo na walikimbia? Na wanahitimisha kwa kudai kuwa maisha ya Yesu yaliyosalia aliishi nchini India katika jimbo la Kashimir na alikuwa na Tomaso aitwe Pacha (yaani alifanana na Yesu) na aliishi miaka 120 huko na alizaa mtoto wa kike na Mariam Magdalene na alifia huko na kaburi lake liko hata leo

Waislamu wanadai hata wayahudi walitilia shaka kifo cha masihi (Mathayo 27:63).

Waislamu pia huamini kuwa Biblia ilitiwa chumvi katika maeneo yanayohusiana na kifo na kufufuka kwa Masihi kwa madai yafuatayo;-

Unapofungua Biblia yako katika ukurasa unaokaribia Injili ya Mathayo utaona kuna maelezo ya vifungu vya Mabano na Parandesi za aina mbili 1. Ya mviringo mfano ( ) hii inahusu ufafanuzi. 2 ya mraba mfano huu [ ] hii inahusu maneno yanayoonekana katika nakala kadhaa za zamani za kale ila hayaonekani katika nakala nyingine yaani za sasa

Hoja:- Kama hivyo ndivyo Waislamu wanashangaa kwa nini hizi nakala nyingine yaani za sasa zisionyeshe tukio la muhimu la kufa na kufufuka kwa Yesu hasa ukizingatia kuwa. Mathayo anashindwa kuelezea tukio la kupaa kwa Yesu. (Marko 16:9-19) ziko kwenye kifungo cha mraba kuonyesha nakala nyingine za kale. Je, nakala za sasa zimeshindwaje kuonyesha tukio hili la kufufuka na kupaa kwa Yesu?

Yohana pia anashindwa kuonyesha tukio hili la kupaa kwa Yesu? Je, tunawezaje kumuamini Luka ambaye alikuja baadae na hakuwa miongoni mwa wale 12. Hoja kama hizi za Waislamu unafikiri hazipaswi kujibiwa? Na kushughulikiwa? Je, Mkristo wa kawaida tu unafikiri hawezi kusilimishwa? Ni muhimu tukajibu hoja hizi ili kuondoa utata utakao zuia yamkini hata Waislamu wenyewe kuokoka na kuifahamu kweli.

KWA NINI TUNAAMINI KUWA YESU ALISULUBIWA? Wakristo tunaamini kuwa Yesu amesulibiwa na alikufa na hatimaye alifufuka toka kwa wafu na sasa yuko mkono wa kuume wa Mungu Baba mbinguni, Hapa ndipo mahali penye moyo wa Imani yetu Wakristo wote na kwa ufupi huu ndio Ukristo wenyewe na ndio maana shetani kwa makusudi kabisa anapingana sana na swala zima linalohusiana na kusulibiwa, kufa na hata kufufuka kwa Yesu (1 Wakorintho 15:12-19). Kwa bahati mbaya mstari huu nilioutumia hapa ni moja ya mistari inayotumiwa sana na makafiri katika kudanganya watu kuwa Kristo hakufufuka nitashughulukia mstari huu wakati wa kujibu hoja hii kuwa Kristo amefufuka.

Lakini kabla ya jambo hilo nilikuwa nataka kwanza nikurudishe nyuma katika historia iliyokuwako wakati wa Muhammad ambayo iliathiri uelewa wake na wa watu wa nyakati zake kuhusu Ukristo na kufa kwa Yesu na kufufuka kwake. Jambo ambalo linaathiri Waislamu wa nyakati hizi tulizonazo kushindwa kulielewa swala hili ni muhimu kufahamu kuwa wakati wa Muhammad kulikuwepo na imani potofu zenye mafundisho ya uzushi kuhusu Ukristo, ambazo zilichangia uelewa potofu kumhusu Kristo na kifo chake cha msalabani, uelewa ambao ulimkumba Muhammad na unaathiri Waislamu wa nyakati hizi.

Kwa mfano, kama ni msomaji mzuri wa Quran utakuta kuna kundi la watu wanaitwa "Manasara" Kundi hili hufikiriwa kuwa ni Wakristo lakini Wakristo wengi wa leo wakiulizwa kama wanajifahamu kuwa wanaitwa hivyo watakushangaa! Manasara ni mojawapo ya makundi ya imani potofu yaliyokuwa yameenea sehemu za Arabia na huko Makka, jamii ya kundi hili walikuwa ni Wakristo wa Kiyahudi ambao imani yao ilikua ikiamini kati ya Ukristo na dini ya kiyahudi hawa ndio Muhammad aliwafahamu. Kwahiyo, utaona lile wazo la kuwafikiri Wakristo katika Quran limejengeka kwa misingi ya imani ya Kinasara. Imani nyinginezo zilizokuwepo ambazo zilichangia mawazo potofu kuhusu kifo cha Yesu ni pamoja na kundi la imani potofu lijulikanalo kama Gnosticism, hawa waligawanyika katika makundi makuu kama matano hivi nitayataja makundi hayo kwa lugha ngeni kwa kukosa tafasiri ya Kiswahili ya maneno hayo ingawa wakati wa kuyafafanua utaelewa kile walichokuwa wakikiamini na ndilo jambo la muhimu kwako.

1. Basilides. Hili ni kundi lililofundisha kuwa Yesu asingeweza kuteseka hata kidogo kwasababu wanaamini kuwa mateso ni kwa mtu muovu tu na mwenye dhambi, Hivyo mtu aliyetumwa na Mungu kama Yesu na aliyekuwa mwenye haki kama yeye hangeweza kuteseka. Waliamini kuwa Yesu alichukua sura ya Simon wa Kirene, na Simon wa Kirene alichukua sura ya Yesu. Hivyo, kwa asili Wayahudi walimsulibisha Simon badala ya Yesu, na hivyo Yesu alisimama pembeni akiwasanifu.

2. Docetism. Hili ni kundi lililofuyndisha kuwa Yesu alikuwa ni Roho tu. Hivyo matukio yoote yanayohusu kuzaliwa, kukua, kula, kunywa, kulala nk. hayakuwa mambo halisi " it was an illusion, something that does not really exist" Kumbuka wazo hili kuwa Yesu ni roho limo katika Quran.

3. Cerenthus. Hili Ni kundi lililofundisha kuwa wakati Yesu alipobatizwa, Yesu halisi alishuka kutoka mbinguni na akaja kwa umbo kama Njiwa, akafanya miujiza, na kuhubiri ufalme na kumtambulisha Baba. Wakati wa kusulibiwa Kristo wa kiroho aliondoka zake na Kristo mwanadamu alikufa na akafufuka baadae.

4. Manichaeism. Kundi hili lilifundisha kuwa sio Yesu aliyekufa msalabani isipokuwa ni mwana wa mwanamke mjane huenda ni yule aliyefufuliwa katika (Luka. 7: 11-17)

5. Carpocrates. Kundi hili lilifundisha kuwa sio Yesu aliyesulibiwa lakini ni mojawapo ya wafuasi wake, Yesu alikuwa pembeni akiwasanifu Wayahudi kwa kukwepa mateso waliyotaka kumtendea kisha baadae akapaa mbinguni. Unafikiri kwa mtindo huu wa imani potofu zilizokuwepo Muhammad na Waislam wengine waliweza kuwa na mtazamo sahihi kuhusu Ukristo?

Tukirudi nyuma kwenye andiko la 1 Wakoritho 15:12-19 ambalo Waislamu hulitumia katika kupotosha kuwa Yesu hakusulibiwa ni muhimu kufahamu kuwa hapa Paulo mtume alikuwa anatumia falsafa ya maneno hasa kwa sababu Wakoritho wenyewe walikuwa wanafalsafa, Paulo aliwataka Wakoritho kufikiri vema (Logicaly) na kwa kuanzia na haya hii ni muhimu msomaji akafahamu mazingira na historia ya andiko kabla ya kujisomea hovyo na kufasiri hovyo kama makafiri wafanyavyo. Kihistoria, kuhusiana na andiko hili kulikuwa na tatizo miongoni mwa Wakoritho kuhusu ufufuo wa Wakristo waliokufa katika Bwana huko Koritho ya kuwa hawatafufuka kwa sababu wafu hawafufuliwi, shida ya Wakoritho haikuwa katika ufufuo wa Kristo mwenyewe hili waliliamini na kwa kweli lilikua ni kiini cha Injili ya mitume na waliyoiamini wakati ule.

Paulo anajibu hoja hii akitumia uzoefu au tabia ya watu ya wakati ule iliyokuwa inaendelea pale Koritho ili kuwasilisha kweli kitaalamu mtindo huu unaitwa "Ad-Homeinem" Wakoritho walikuwa wamekata tamaa kuwa hakuna kiama (Ufufuo wa wafu) hasa kwa waamini wenzao waliokuwa wamekwisha kufa (1 Wakoritho 15:12-34). Huku wakati huohuo wakiamini kuwa Yesu yuko hai na kuwa alisulibiwa, alikufa na alifufuka! Jambo hili lilikuwa wazi kwao.

Paulo anajibu kwa kujenga hoja zifuatazo;-

a). Wakorintho 15;16- Kama wafu hawafufuliwi Kristo naye hakufufukaa! (Maana yake ninini?) jibu Kama mnaweza kuamini kuwa Yesu amefufuka katika wafu mnashindwaje basi kuamini kuwa Ndugu zenu waliokufa katika bwana watafufuka? Kwa vipi kwa maana Kristo ndio limbuko lao yaani wa kwanza wao ona mst 20.

b). Wakorintho 15;29- ("au je wenye kubatizwa kwa ajili ya wafu watafanyaje kama wafu hawafufuliwi kamwe; kwanini kubatizwa kwa ajili ya wafu?) maana yake kulikuwa na desturi zinazozunguka jamii ya wakoritho ambapo watu walibatizwa kwa niaba ya wafu wao waliokufa kabla ya kubatizwa (ingawa zoezi hilo lilifanywa na wapagani na sio wakristo) Paulo anahoji je watafanyaje kama wafu hawafufuliwi? Maana yake hata hao waliofanya hayo walifanya wakiamini kuwa kuna ufufuo.

c). Wakorintho 15;32 - Kama hakuna ufufuo na tule na tunywe; maana yake kama kifo ndio mwisho wa yoote na hakuna ufufuo yanini kujinyima starehe za dunia kwa ajili ya Mungu? watu na wastarehe wale wanywe maana tutakufa! Kwa maana nyingine Paulo alimaanisha kuwa ufufuo wa Yesu Kristo ni ishara iliyokuwa wazi kuwa siku moja Mungu atafufua wafu kama alivyo fufuka kristo ndio maana quran inasema yeye ndie Ishara ya kiama.

Ushauri mwingine kwa wasomaji wa Biblia ni kuwa tofauti na Quran ambayo kila aya inajitegemea, Kanuni za usomaji wa Biblia zinamuongoza msomaji kusoma fungu zima la juu na chini ili kupata maana kamili inayokusudiwa na mwandishi huyo kumbuka vitabu vingine ni nyaraka yaani barua. Je, unawezaje kuisoma barua nusunusu kisha ukapata maana aliyoikusudia mwandishi?

Kwa mfano 1 Wakorintho 15:12-19 inakamilishwa kwa kusoma 1 Wakoritho 15:1-11 na 1 Wakoritho 15:20-28 nk. Kwa mfano ukisoma fungu lile la kwanza Paulo anasisitiza kuwa Yesu alisulibiwa, alikufa na alifufuka na aliwatokea watu wengi baada ya kufufuka kwake, unaona? Jambo la kushangaza ni kuwa Waislamu hawajui namna ya kuisoma Biblia bali hudandia treni katikati ya safari na unajua matokeo yake, kwa kuwasaidia tu hebu niwahoji wanaharakati wa Kiislamu kwamba ninyi mnamkataa Paulo mtume na mnamuona kua ni muongo na aliharibu dini sasa iweje leo myaamini maandiko yake "Mtume Paulo"?

Baada ya kufafanua aya hizo hapo juu sasa tuchambue aya katika Quran yaani (Imran 3:54-55, An Nisaa 4:157-158). Linganisha na Injili inayoitwa ya Barnaba uk 14. Sura ya 215; Aya hizi zinadai Mungu alibadili hila za Wayahudi maana yeye ni mbora wa kupindisha hila na hivyo alisulubiwa mtu mwingine na Yesu akanyakuliwa mbinguni. Ukiachia imani potofu ambazo zilichangia uelewa huu mimi ninashangazwa na Quran kuwa ni kitabu cha Mungu au cha majahili? Maana aya hizi zinamtukanisha Mungu kwa kuonyesha wazi kuwa Allah ni mjuzi wa kufanya utapeli na kuwa hana nguvu ya kufufua ila ana nguvu ya kudanganya watu eti waone sura ya Yesu anasulibiwa na kumbe ni mtu mwingine! Wanaharakati wa Kiislamu ni lazima watubainishie hili.

Kama Yuda ndiye aliyesulibiwa badala ya Yesu. Je, Yesu ndiye aliyejinyonga?

Je, Mungu Mtakatifu asiyeweza kusema uongo aliamua kuwadanganya Askari, Pilato, Herode, Yusufu wa Arimathaya, Nikodemo, wanafunzi waliokuwa karibu kama Yohana, Mariam mama yake na Mariam Magdalene hawa wote walidanganywa na Mungu alipokuwa anapindua hila za Wayahudi? (Yohana 19:25,26-27).

Je, Mungu angeweza kuwaumiza na kuwadanganya watu watakatifu waliokuwepo?

Hata Mariam (Quran 3:36,19:16). Waliguswa na mateso haya na kulia huku wakiangalia mpaka mtu anakufa wakidhani ni Mwanae kumbe ilikuwa ni kiini macho cha Allah kwa Wayahudi. Nani atakuwa mwenye makosa pale wanafunzi akiwemo Paulo walipohubiri kuwa Yesu amesulibiwa na kuwa aliukufa na akafufuka na zaidi ya yoote walikubali kufa kwa ajili ya injili hii? Je, Malaika pia ni waongo pale waliposema na wanawake kuwa Yesu amefufuka? Ona (Mathayo 28:5-7, Matendo 2:23-24). Injili inamtukuza Mungu kwa kuonyesha uwezo wake kuwa yeye anao uwezo wa kufufua tofauti na Allah ambae kwake kufanya hila ni jambo jepesi kuliko kufufua?

Mungu ambae sisi tunajifunza habari zake katika Biblia hawezi kusema uongo (Hesabu 23;19, 1 Samuel 15:29, Malaki 3:6, Tito 1:2; Yakobo 1:17), Aya zote hizi zinabainisha jinsi Mungu alivyo mkweli, Kristo mwenyewe alisema kuwa atakufa na atafufuka pia ni mkweli. Inasikitisha kuona Mungu wa Muhamad na Waislamu akifanya hila? Sisi tunaamini kuwa Mungu wa kweli aliyefunuliwa kwetu kupitia Yesu Kristo ni wa kutumainiwa lakini kumuamini Mungu wa kwenye Quran inatutia mashaka na kutupotezea tumaini "Hawezi kufufua ila anaweza kufanya hilai?"

Hoja kuhusu Ishara ya nabii Yona (Yunusi). Waislamu wanadai kuwa ishara hii inathibitisha kuwa Yesu hakufa bali alikuwa hai, na pia hakukaa siku tatu kamili kaburini. Mara nyingi humnukuu Yesu katika matamshi yake katika (Mathayo 12:33-40). Hili nalo ni jambo la kushangaza sana na hii inatusaidia kujua kuwa unapozungumza na Muislamu aneyeamini hivyo, unazungumza na jahili au maaamumah wasiojua kabisa maandiko wala hawana utaalamu nayo ila hudandia tu na kwa bahati mbaya ni kama watu wanaodandia gari kwa mbele jambo ambalo unajua nini kinaweza kutokea kwa kuwa mimi ni mwalimu hebu fuatana nami tena tupate kulichambua andiko hilo.

Ni wazi kuwa Waislamu hawajui kanuni ya uchambuzi wa Agano la Kale (Torati) na uhusiano wake na Agano Jipya (Injili). Kitaalam mambo mengi katika Agano la Kale yalikuwa ni ya kinabii (kivuli) cha mambo halisia katika Agano Jipya. "Mfano mimi ninampenda mke wangu na mwanangu, ninaposafiri husafiri na picha zao na inapotokea nimerudi nyumbani sihitaji picha zao tena kwa sababu sasa ninae mke wangu na mwanangu halisi"

Hivi ndivyo Mungu alivyowatumia manabii wengi katika Agano la Kale kutoa unabii kuelekea kwa Kristo (Wakolosai 2:16-23) Hivyo, ishara ni picha tu ya tukio halisi lililotokea au litakalotokea. Mfano rahisi ni jinsi ambavyo zamani Wayahudi walikuwa wanandama mwezi kama wafanyavyo Waislamu, Mwezi ukiingia gizani na unapotoka huitia nuru dunia hii ilikuwa ni ishara ya kuja kwa Masihi Yesu Kristo ambaye yeye ni Nuru ya ulimwengu (Yohana 1:6-14). Hivyo kwakuwa Masihi alikwisha kuja duniani naye ndiye Nuru halisi na tumekwisha kumjua na amekwisha tia nuru mioyoni mwetu,

Wakristo hatuitaji tena kuandama mwezi maana mwezi ulikuwa ni kivuli tu (copy) Bali Kristo ni halisi (Original).

Kwa msingi huu, basi tukio la nabii Yona ingawa lilikuwa la kweli lakini bado lilikuwa ishara au unabii wa tukio halisi litakalompata Kristo. Hakuna shaka kuwa kuna uwezekano Yona alikuwa hai ndani ya tumbo la Nyangumi, wala hatuambiwi kua alikufa kisha akafufuka toka kwa wafu na labda kwa ajili ya hili Waislam hufikiri kuwa ndivyo ilivyokuwa kwa Yesu kuwa alikuwa hai pale kaburini. Kwanini Yesu alitumia mfano wa Yona? Yesu alikuwa na maana gani? Mstari wa 40 wa Mathayo 12 unasema."Kwani kama vile Yona alivyokuwa siku tatu mchana na usiku katika tumbo la nyangumi, Hivyo ndivyo mwana wa Adamu atakavyikuwa siku tatu mchana na usiku katika moyo wanchi "Ni wazi kuwa mtu anapotafasiri unabii vivuli na uhalisia wa jambo huwezi kuchukua kila kitu kama kilivyo ila unachukua wazo la jumla au ile dhana mfano (Yohana 3;14)."Na kama vile Musa alivyomuinua yule nyoka kule jangwani vivyo hivyo mwana wa Adamu hana budi kuinuliwa juu" Hivyo unaweza kuona wazi Yesu anazungumzia ile dhana ya kuinuliwa juu (Kusulubiwa). Nyoka aliinuliwa kuleta uponyaji kwa Wayahudi waliokuwa wakiumwa na nyoka, Kristo aliinuliwa kuleta uponyaji kwa ulimwengu kutoka katika dhambi na madhara yake.

Sasa tukitafasiri Biblia au mfano ule wa Yona kama Waislamu wanavyotaka, je, mfano huu tutaufafanua vipi? Nyoka alikuwa wa shaba na alikuwa hana uhai. Je, Kristo naye alikuwa na mwili wa shaba na aliinuliwa akiwa amekwishakufa? Maana hivi ndivyo Waislamu wanavyo itafasiri Biblia! Hivyo ni wazi Yesu alikuwa anazungumzia lile wazo la Yona kufichika katika tumbo la Nyangumi kwa siku tatu.

Ufahamu kuhusu siku tatu Mchana na usiku.

Wote tunakubali kuwa Yesu alikufa na akafufuka siku ya tatu bila shaka. Lakini kwa waislam hii ni hoja! Wao wanadai kuwa Yona alikaa tumboni mwa Nyangumi suku tatu usiku na mchana na hivyo kutimiza masaa 72 lakini kwa.lakini Yesu hakukaa masaa zaidi ya 33 tu. Ijumaa saa 9 alikufa na alizikwa na Jumapili saa 12 aliffufuka, hivyo alikaa usiku wa ijumaa na Jumamosi tu na mchana mmoja tu wa Jumamosi. Hivyo Waislamu huona hakuna uwiano wa unabii wa Yona na uhalisia wa tukio la Kristo. Kuhusiana na siku tatu. Shida waliyonayo Waislamu hapa ni kukimbilia kutafasiri Biblia kwa kutumia akilia ya Quran. Ni muhimu kufahamu kuwa kuna tofauti kubwa kati ya kizazi cha leo na lugha, tamaduni, historia na nyakati yaani muda. Hivyo unapotaka kuifasiri Biblia unakumbana na mambo hayo manne kufikia wakati tulionao. Hivyo kuna mengi yakufahamu kati ya nyakati za muandishi na nyakati tuliopo na matumizi ya mambo yale manne katikati ya hayo.Kama tunavyoona katika kielelezo hapo juu Unapotaka kuifasiri Biblia leo lazima kuna vikwazo kutoka kujua maana iliyokusodiwa na mwandishi yaani wakati ule, vikwazo utakavyokumbana navyo ni pamoja na muda, tamaduni, lugha na historia. Mfano Kitabu cha Kutoka kiliandikwa miaka 3500 iliyopita je, unafikiri tamaduni za wakati ule zinaewza kuwa sawa na leo? Je, ni muda gani umepita? Je, mtindo wa lugha usemi nk ni sawa na wa leo? Ni lazima tujue kuwa mtindo wa lugha na semi zinatofautiana sana akifufuka mtu aliyefariki mwaka 1984 na kukuta usemi wa neno vijisenti nk anaweza asielewe nini kinazungumzwa!

Hivi ndivyo ilivyo pia kwa suala la usemi wa Siku tatu mchana na Usiku. Kitu ambacho wanaharakati wa Kiislamu wanashindwa kukielewa ni kuwa kuna tofauti kati ya Waebrania wa karne zile na tamaduni za Kiingereza na Kiswahili cha nyakati za leo. Kwa mujibu wa tamaduni za Wayahudi wa nyakati hizo wao walihesabu hata sehemu ndogo tu ya siku kamasiku nzima, hivyo Yesu kuzikwa Ijumaa, akashinda Jumamosi, akafufuka Jumapili mapema alfajiri. Kwamujibu wa tamaduni na kalenda na lugha za Kiyahudi; Yesu alikuwemo kaburini siku tatu (Mathayo 27:64) na ndio maana walilinda kaburi. Kumbuka mitume pia walihubiri juu ya siku hizo tatu (Matendo 10:40). Swala hili halikuwa na shaka katika injili ya mitume. (1 Wakorintho 15:3-4). Hivyo ishara ya Yona inawathibitishia Waislamu na maadui wa Ukristo uhakika ya kuwa Yesu alisulibiwa, alikufa na alifufuka siku ya tatu na si vinginevyo.

Ufahamu kuhusu maombi ya Yesu kwa Baba aokolewe na mauti.

Baadhi ya waislamu na hasa wa madhebu ya ahmadia huwa wanatumia baadhi ya mistari kama vile (Mathayo 26:39. Marko 14:35; Luka 22:42) kuhoji kuwa kama yalikuwa ni mapenzi ya Mungu afe msalabani kwanini aliomba "ikiwezekana kikombe hiki kiniepuke" na wanatumia aya zifuatazo kujithibitishia kuwa Mungu alimsikia (Yohana 26:39 11:11-42 na Waebrania 5:7). Kabla ya kushughulikia mengineyo hebu tushughulikie hoja hii ya kusikiwa kwa maombi ya Yesu. Waislamu wengi hawamjui Yesu kama jinsi ambavyo hawamjui Mungu, wale Wakristo wanaomfahamu Kristo vizuri wanafahamu lile fundisho maarufu la unyenyekevu wa Yesu (The Doctrine of Kenosis), Fundisho hili lafundisha jinsi ambavyo kitu fulani cha ulimwengu wa kiroho kinavyoweza kuvaa mwili wa kibinadamu (Incarnation) na kufanya shughuli za kibinadamu; (Kwa Waislamu majini hufanya hivyo). Kristo kwa asili maisha yake hayakuanzia katika tumbo la Mariam yeye alikuwako tangu mwanzo. (Yohana 1:1-5,14). Quran inasema "Yesu ni Roho" Hivyo alipotungwa mamba tumboni mwa Mariam alikuwa anachukua mwili wa kibinadamu (Wafilipi 2:5-8) na kwa tendo hili tunapata Mungu mwanadamu yaani Immanuel Mungu pamoja nasi (Mathayo 1:23) hata hivyo kwa unyenyekevu wake Yesu hakutumia uwezo wake wa kiungu, bali aliishi kama mtu wa kawaida, angeweza kubadili mawe kuwa mkate lakini hakufanya hivyo na angeweza kuagiza majeshi kumi na mawili ya malaika lakini hakufanya hayo. Yesu mwenye asili ya kiungu wakati huohuo akiwa mwanadamu anayeishi bila kuutumia uwezo wa kiungu kama mwanadamu alihisi njaa, alichoka, alikula na zaidi ya yoote aliogopa kifo na mauti kama binadamu yoyote. Yesu aliomba ikiwezekana kikombe hiki kimuepuke. Lakini si kwa mapenzi yake bali ya Baba yake, hivyo kwa kuwa ilikuwa ni mpango wa Mungu, Yesu kufa kwa ajili ya ulimwengu alitumwa malaika kumtia nguvu kukabiliana na kifo cha msalaba hivyo hatimaye alisulubiwa, alikufa na kufufuka kama majibu ya kuokolewa na mauti unaona!

Hii ni tofauti na mauti iliyomkuta Muhamadi ambaye alihaha na kuogopa kufa sana badala ya kumtumainia Mungu. Muhamad alisema "Enyi watu! Hakika kukata roho kuna machungu makubwa" (Maisha ya nabii Muhamad uk 80 kifungu cha tatu) Hivyo Yesu asife bali kuokolewa na mauti baada ya kifo.

Kwa mujibu wa IVP Bible background commentary (New Testament) inasema "Wayahudi wanaamini kuwa Mungu alisikia maombi ya Yesu na Mungu aliyajibu kwa kumfufua na sio kwa kuikwepa mauti yenyewe bali kwa kufufuka kutoka mautini"· The applied New testament commentary by Thomas Hale inasema hivi "Yesu aliomba aokolewe na mauti ya msalaba (Marko 14:35-36) lakini Mungu hakuchukuliana na maombi hayo, Mungu angeweza kumuokoa kutoka mauti, lakini hakuchagua hivyo, ingawaje siku ya tatu alimfufua toka kwa wafu" Matendo 2:22-28.

Kwa kufundisha kinyume na ukweli huu Waislamu wanataka kutuambia kuwa Yesu ni muongo, huku Quran inathibitisha kuwa hakuwa na dhambi. Yesu mwenyewe alisema anautoa uhai wake (Yohana 10:14-18) Yesu mwenyewe anawachanganya Wislamu kwa kuwa yeye mwenyewe ni njia kweli na uzima hivyo aliutoa uhai wake yeye mwenyewe na kuutwaa tena.

Yesu Kristo hakuwa na hatia ya aina yoyote. Yako madai ya baadhi ya Waislamu kuwa Biblia inathibitisha kuwa Mungu aliyasikia maombi ya Yesu na kuanza kuwashughulikia mke wa Pilato ambae alimtahadharisha Pilato kujihadhari na hukumu dhidi ya Kristo andiko hili hutumika (Mathayo 27:19), Pia wanaorodhesha kile kinachodaiwa kuwa ni jitihada za Pilato kumnusuru Masihi na mauti kwa kunawa mikono,Kumfungulia Baraba ili kupata mbadala wa Yesu (Luka 22:36) na kile kinachodhaniwa kuwa ni kuchelewesha hukumu kwa kumpeleka Masihi kwa Herode. Nikianza kuwajibu waislamu hoja hizi nataka kukazia kwanza kichwa cha Habari hapo juu cha kifungu hiki Yesu Kristo hakuwa na hatia ya aina yoyote. Hakuna mtu yeyote aliyemshuhudia Masihi kuwa na Dhambi (Yohana 8:46). Yeye hakutenda dhambi wala hakuwa na hila ya aina yoyote soma mistari hii (2 Wakorintho 5:21, Ebrania 4:15, 1 Petro 2:22). Masihi alitafutiwa kuwekewa hatia katika mazingira makuu matatu ambayo ni kumtafutia makosa ya 1) Kidini, 2) Uhaini dhidi ya Serikali ya Kikoloni ya Rumi na 3) Uhaini dhidi ya ufalme wa Kiyahudi Jimbo la Galilaya kwa Herode, katika mazingira hayo yote hakuna aliyepata kosa wala hatia inayostahili auwawe.

Mashitaka Ya Kidini.

Yesu alipokamatwa kwanza alipelekwa kwa Anasi mkewe Kayafa na aliyekua Kuhani mkuu kabla ya Kayafa. Hapa kwa Anasi ilionekana wazi kuwa hakuwa na hatia Soma (Yohana 18:12-14,19-23). Baadaye ndipo walimpeleka kwa Kayafa aliyekuwa Kuhani mkuu mwaka ule ambapo hapo walitafuta ushahidi hata wa uongo ili wamuue wasiuone (Mathayo 26:57-68).

Mashitaka mbele ya Serikali ya Rumi.

Biblia iko wazi kuwa walipoona kuwa hakuna hatia walimpeleka kwa Pilato ambae Kihistoria alikuwa liwali katili na aliyeamuru wengi kusulubiwa, Pilato pia hakuona hatia ya aina yoyote na alijua kuwa alitolewa kwa husuda; Ni wazi kuwa kuteseka kwa mkewe Pilato dhidi ya hukumu ya Masihi kulikuwa kunaweka bayana kuwa Masihi hakuwa na hatia ya kidini, kisiasa na kihaini; Kufunguliwa kwa Baraba ilikuwa ni desturi ya Pilato kila inapokaribia sikukuu, jambo ambalo hufanywa na viongozi wengi wa Kisiasa hata leo, Baraba alijulikana wazi kuwa ni muuaji na muhaini hata hivyo mioyo ya watu wenye dhambi iliona vema kuchagua uovu kuliko wema na hivyo "Walipenda giza kuliko Nuru"(Mathayo 27:11-23). Pilato aliona ni vema Masihi apelekwe kwa Herode labda hatia ingeonekana. Hivyo hapa hakukuwa na jitihada za Pilato au mkewe kumuokoa Masihi na mauti ya Msalaba bali ni kuweka wazi kwa ulimwengu kuwa Masihi hakuwa na hatia iliyostahili yeye kuuwawa isipokuwa ni kwa ajili ya dhambi zetu mimi na wewe (Isaya 53:1-9). Mashitaka mbele ya Mfalme Herode. Biblia inathibitisha wazi kuwa Pilato alipoona kuwa Masihi hana hatia na kupata uhakika kuwa ni Mgalilaya aliamuru apelekwe huko nako ambapo hawakuona hatia dhidi yake (Luka 23:3-15). Hatua zote hizi zilikuwa na lengo lilelile la kutudhihirishia sisi walimwengu kuwa Kristo hakuwa na dhambi na alikuwa ni Mwana kondoo wa Mungu aichukuaye dhambi ya ulimwengu.

Yesu anahukumiwa Kifo.

Baada ya kuthibisha wazi kuwa Yesu hakuwa na hatia ni wazi kuwa hakimu yeyote ambaye ameapa kusimamia haki anawezaje kukubali kumhukumu kifo mtu asiye na hatia?

Akitaka kujihadhari na damu isiyo na hatia Pilato alinawa mikono (Mathayo 27:24-25) ni wazi kabisa kuwa Hukumu ya Kristo ilichangiwa na mpango kamili wa Mungu, uchaguzi wa watu waovu, shinikizo la Wayahudi dhidi ya Pilato, Hofu binafsi ya Pilato ambaye aliogopa ghasia, kupoteza cheo, hadhi na manufaa yake mwenyewe, ingawa alijua wazi kuwa Masihi hakuwa na hatia na alithibitisha hivyo mara kadhaa (Mathayo 27:18, Yohana 19:4,6) lakini kumbuka kuwa ni yeye ndiye aliyeidhinisha hatimaye kutoa hukumu ya kifo dhidi ya Kristo. Hii ndio ilikuwa Hatima. Ni lazima tujiulize kama ni kweli Pilato alikuwa na nia ya dhati ya kumuokoa Kristo na mauti? Kulikuwa na ulazima gani basi kutoa hati ya hukumu ya kifo mbona waovu wengine walifungwa magerezani kwa muda? Hata Yohana mbatizaji si aliwekwa Gerezani? Tangu lini kesi ya hukumu ya kifo ikasikilizwa siku moja na siku hiyohiyo kutolewa hukumu yake? Ni lazima tujue kuwa Pilato anawajibika katika hatia ya kuhukumu isivyo halali hivyo anayo dhambi (Yohana 19:11-19).

Yesu alifia Msalabani.

Kwasababu ya athari za imani potofu zilizokuweko nyakati za Muhammad na upinzani wa makusudi dhidi ya Injili, wanaharakati wa Kiislamu wanatilia mashaka kama kweli Yesu alifia Msalabani kwa madai kadhaa yafuatayo: Kukatwa miguu kwa wanaume waliosulubiwa pamoja naye (Yohana 19:42-44). Kushangaa kwa Pilato kama Yesu amekwisha kufa (Marko 15:44-45). Kutoka kwa damu na maji kwa Yesu baada ya kufa kwa kuzingatia historia kuwa kifo cha Msalabani ni cha Polepole; Ukweli kuwa Yesu alifia Msalabani unathibitishwa na matukio hayo hapo juu. Tendo la askari wa Kirumi kuvunja miguu ya wanaume wale wengine wawili linathibitisha kuwa Yesu alifia msalabani; (Yohana 19:32-33). Kuacha kumvunja Yesu miguu ni uthibitisho kuwa Yesu alikuwa amesha kufa msalabani. Haingekuwa rahisi kabisa kwa askari wa Kirumi kuliachia swala hili kama isingekuwa Yesu ameshakufa! Kwa mujibu wa taratibu za wakati ule askari wa Kirumi kushindwa kutekeleza wajibu aliopewa ni kujitakia hukumu ya kifo, wao walikuwa na wajibu wa kuhakikisha kuwa watu hao wanafia msalabani kama hukumu yenyewe ilivyoamuru na kwa kuwa wanaume wale wengine walikawia kufa ilikuwa ni lazima wavunjwe miguu ili wafe.

Kushangaa kwa Pilato kuwa Yesu amekwisha kufa mara hakutokani na jitihada zake za kutaka kumuokoa Yesu, bali mshangao wake ulifuatiwa na kupata uhakika kuwa Yesu amekufa toka kwa Akida wa kikosi kilichomsulubisha Kristo. Jambo lililomfurahisha alipothibitisha hilo (Marko 15:44-45) wahubiri wa kiislamu husoma mstari wa 44 tu na kusimamia uongo.

Kwa mujibu wa historia na tabia za jeshi la askari wa Kirumi, ilikuwa ni kosa linalostahili kufa kwa kushindwa kusimamia wajibu waliopewa mfano pale, Petro alipofunguliwa kimuujiza na malaika na kutoka gerezani, askari wote waliokuwa zamu na usimamizi wa siku ile waliuawa soma (Matendo 12:18-19). Jambo lingine lifananalo na hilo ni pale gereza lilipojifungua kimuujiza baada ya maombi ya Paulo na Sila ambapo vifungo vyao na vya wafungwa wengine viliachia mkuu wa gereza alichagua kujiuwa kwani ni hukumu ambayo angeipata tu kama Wafungwa wangekuwa wamekimbia (Matendo 16:27). Hivyo, kama askari wa Kirumi alipewa jukumu na akashindwa kutekeleza jukumu alihukumiwa kifo, ni wazi kuwa akida wa kikosi kilicho tumwa kumhukumu Masihi kifo angeshindwa kusimamia jukumu lake angeuawa nafikiri ndio maana alithibitisha kwa kumchoma mkuki ubavuni yaani kwenye moyo (Yohana 19:34). Tendo la kuchoma mkuki katika moyo halikufanywa kwa wale waliokatwa miguu kwani walikuwa hai na kama Yesu angalikuwa hai lile tendo la kusokomeza mkuki ubavuni ilikuwa ni ishara ya kummalizia kabisa!

Ni lazima Waislamu wajue pia kuwa tendo la Kristo kutokuvunjwa miguu ni la kinabii na lilitabiriwa katika Torati na Zaburi soma (Zaburi 34:20), Jambo hili lilikuwa linadhihirisha kuwa Kristo ndiye Pasaka ya kweli. Moja ya amri waliopewa wana wa Israel kabla ya ukombozi kule Misri ni kumla mwana kondoo wa pasaka bila Kumvunja mifupa yake soma (Kutoka 12;46).

Swala la Maiti ya Yesu kutoa maji na Damu;

Tendo hili nalo hutumiwa na Waislamu kushutumu kuwa Yesu alikuwa amezimia tu kwani maiti haiwezi kutoa damu na maji, Hii nayo inashangaza sana hebu soma kwanza (Yohana 19;31-36).

Tendo la kutoka maji na damu liko miongoni mwa matukio yaliyo wazi yanayothibitisha kuwa Yesu alifia msalabani, Yohana mwanafunzi wa Yesu aliyependwa sana anathibitisha kuwa ushuhuda huu ni kweli kwanini? Kwa sababu yeye alikuwa karibu kabisa na Msalaba wa mateso wa Kristo (Yohana 19;25-27), pia mama yake Yesu ambaye wakati huu alikuwa mtu mzima anayejua maiti ni nini naye alikuwa karibu kama shuhuda ya kuwa Yesu alikufa. Sitaki kuchukua muda kujadili swala hili, wala sihitaji utafiti wa kisayansi kujua kuwa mtu aliyekufa anatoa damu ya namna gani na aliye hai anatoa damu ya aina gani, lakini kwa ufahamu wangu mdogo wa sayansi Damu ni muundo wa chembechembe hai za aina kuu mbili yaani chembechembe hai nyekundu na nyeupe, hizi ndizo zinaunda damu, mtu aliye hai anapoumia kwa kujikata hutoka damu yaani mchanganyiko wa chembechembe hizo, Mtu anapokufa chembechembe hizi huganda, na endapo mtu anatoa damu na maji maana yake, chembechembe hizo zinazounda damu zimeachana hivyo huu ni uthibitisho wa wazi kuwa mtu huyo amefariki, kwa habari ya maiti kutoa damu tumeshuhudia watu wengi wakiwa wamekufa na siku mbili au tatu zikapita na wanaweza kutoa damu ni zaidi sana mtu aliyeuawa muda si mrefu ni rahisi kutoa damu, hivyo maji na damu ni uthibitisho kuwa Yesu alikufa Msalabani.

Kama hilo aliaminiki maandalizi na taratibu za mazishi ya kiyahudi ilikuwa ni pamoja na maiti hiyo kuzongwazongwa kwenye sanda ya kitani namna walivyokuwa wanafungasha ilikuwa hatakama uko hai kuna uwezekano ukafa (Yohana 11:43-44 19:40). Nafikiri kama Yesu alikuwa hai wasingeweza kuigiza mchezo huu wa kufungasha maiti kama ilivyokuwa desturi yao, hivyo aina hii ya ufungashaji wa maiti inathibitisha kuwa Yesu alikufa hakika pale msalabani na alizikwa! Na siku ya tatu alifufuka.

Kwanini Yesu alikufa mapema zaidi ya wahalifu wale wawili wengine?

Mazingira ya kifo cha Msalabani kwa Yesu.

Yako madai kutoka kwa wanaharakati wa Kiislamu kuwa Yesu alikuwa na afya nzuri na ndio maana aliweza kufunga siku arobaini na kutembea kwa miguu sehemu mbalimbali, na kutokana na mazingira ya hukumu ya kifo cha msalabani kilikuwa ni kifo cha polepole isingekuwa rahisi Yesu kufa msalabani mapema na ushahidi ni kwa wale wahalifu wengine waliolazimika kuvunjwa miguu ili wafe mapema.

Nataka kuwajibu Waislamu hoja hii kwa ufupi kuwa wahalifu wale wengine wawili walibeba misalaba yao na kwenda kusulubiwa moja kwa moja bila mateso ya aina yoyote mbadala. Lakini kwa Bwana Yesu yeye alikamatwa Mapema alfajiri katika siku hii hatuambiwi kama alihudumiwa kwa chakula au la? Lakini bila shaka wafungwa wale wengine walihudumiwa gerezani kama kawaida, akiwa hajala kitu alianza kuteswa (Mathayo 26;67), Tunaambiwa kuwa alipigwa majeredi na makofi, hatuambiwi ni kwa kiasi gani,

Pia tunaambiwa kuwa alipigwa mijeledi ambayo kwa mujibu wa historia, enzi za Warumi, Mtuhumiwa alivuliwa nguo zote na kuwambwa kwenye nguzo au kuinamishwa kwenye nguzo fupi na kufungwa mikono yake na kuchapwa na kifaa maalumu. Kifaa hiki cha kuchapia yaani mjeledi kilikuwa ni kifaa chenye Mpini mfupi wa mbao ambapo mikanda kumi na mbili ya ngozi iliambatanishwa ikiwa na vipande vya chuma au mifupa iliyofungwa kama shanga kwenye kila mkanda, Vipigo vilifanywa na wanaume wawili mmoja upande huu na mwingine upande huu.

Kipigo hicho kilipelekea nyama ya mwili kupurwa au ku katwa katwa kiasi cha kuweza kuathiri mishipa ya fahamu, vena na ateri na hata kuumiza viungo vya ndani vya vya tumbo na wakati mwingine vilitoka nje jambo hili pekee lilifanya watuhumiwa wengi kufa wakati wa kupigwa mijeledi. Mijeledi ilikuwa inaharibu kabisa sura ya Mtu ukweli ilikuwa ni adhabu yenye kutisha sana. Inawezekana kabisa kushindwa kwa Yesu kuubeba msalaba wake na kuanguka mara tatu na hatimaye kusaidiwa na Simon Mkirene kulitokana na kuchoshwa na kipigo cha mijeledi alichopata (Mathayo 27:32).

Achilia mbali kule kusimikwa kwa taji la miiba kama mfano wa taji kichwani ambapo kulitoboa maeneo ya kichwa na mishipa, kubeba ule msalaba, na baadae kugongomelewa masumari mizito ya chuma yenye umbo la mraba na kusimamishwa na kuchuruzika madamu kwa masaa masaa takribani sita hivi, misuli inavutwa ngozi inaharibika, huku kukiwa na dhihaka na matusi na shutuma ili kuteswa kiakili katika hali kama hii hata kama ulikuwa unalia huwezi kulia tena ni rahisi kuhisi kuwa Mungu amekuacha! Acha kiu ya maji ambayo kwa mateso kama haya mtu alalamika kua ana kiu maana yake kutokana na kumwagika kwa damu nyingi akiomba maji akinywa anakufa (Yohana 19;28). Hivyo kuomba maji kwa Yesu kunaashiria alikuwa amefikia hatua ya kukata roho na kwakweli ALIKUFA! Mateso haya kwa kweli yalichangia Yesu kufa mapema kuliko wale wengine.

Pamoja na mateso hayo yoote aliyoyapata Masihi ambayo yalichangia kufa kwake mapema kabla ya wale wawili. Inashangaza eti kuona wahubiri wa Kiislamu wanakosa shukurani na kugundua upendo mkuu aliokuwa nao Yesu kwa ajili ya ulimwengu na wao pia badala yake wandhihaki kazi hii ya huruma kwa wanadamu na wanafanya jitihada za kuipinga kazi hii kwa makusudi hii ndio shukurani wanayomlipa Mungu kuupinga msalaba. Jaribu kuwaza ni hukumu gani itawapata watu wa jinsi kama hii kwa kushindwa kumuamini Yesu na kushikamana na marehemu Muhamad na kusahau kuwa mateso ya Kristo yalikuwa ni kwa ajili yao.

(Isaya 53;2b-5). "…Yeye hana umbo wala uzuri, Na tumuonapo hana uzuri hata tumtamani, alidharauliwa na kukataliwa na watu; Mtu wa huzuni nyingi ajuaye sikitiko; Nakama mtu ambaye watu humficha nyuso zao. Alidharauliwa wala hatukumhesabu kuwa kitu. Hakika ameyachukua masikitiko yetu, amejitwika huzuni zetu. Lakini tulimdhania ya kuwa amepigwa, amepigwa na Mungu na Kuteswa. Bali alijeruhiwa kwa makosa yetu. Alichubuliwa kwa maovu yetu, adhabu ya amani yetu ilikuwa juu yake na kwa kupigwa kwake sisi tumepona…." Isaya nabii alitabiri vema na kuonyesha wazi kuwa ni kifo cha namna gani Masihi angekufa soma aya hizo hapo juu za unabii wa Isaya kumhusu Masihi, Hivi karibuni wataalamu wa Biblia walifanya utafiti wa kutosha kuhusu mateso yaliyompata Masihi na kujaribu kuyaigiza katika filamu iitwayo "The passion of Christ" Tunaweza kusema kuwa kile kilichoigizwa katika filamu ile ni sahihi kabisa na kuna uwezekano kuwa mateso hayo yalikuwa zaidi ya kile kilichoigizwa. Lakini lile wazo la nabii Isaya limeweza kufikiwa kwa aslimia zaidi ya themanini!

Kaburi alilozikwa Bwana Yesu kisha akafufuka, liko wazi hata leo, watu wengi huenda mahali hapo kwa shughuli za kutalii tu. Eneo hili huitwa Garden Tomb, Yaani Bustani ya Kaburi, Mungu amepatunza mahali hapa hata leo hii ili watu wapate kusadiki kuwa Yesu yu hai.

Hoja kuhusu wasiwasi wa Wayahudi kuhusu kifo cha Yesu.

Hii ni mojawapo ya hoja ambayo Waislamu huitumia kuwa

tendo la viongozi wa Kiyahudi kuomba kaburi la Yesu lilindwe lilikuwa linamaanisha kuwa Yesu aliteremshwa Msalabani akiwa amejeruhiwa tu yaani aklwa hai. Hivyo waliomba kwa Pilato kaburi lilindwe sawia asije akakimbia (Mathayo 27:63). Soma Mstari huu kwa makini, hapo utagundua tatizo la Waislamu, jinsi wasivyojua kusoma Biblia! Sawa na kanuni zake. Hapa kanuni iliyokiukwa inaitwa kanuni ya kifungu kizima "The principle of Context" Wakati wanaharakati wa kiislamu wakifikiri kuhusu Yesu kupona na kutoroka, hofu ya Wayahudi hapa ilikuwa ni kuibiwa kwa maiti kisha watu kuambiwa kuwa amefufuka! (Mathayo 27:63-66). Hapa kuna mambo mawili hasa ambayo Wayahudi walikuwa wakiyahofu ndani yake kuna kweli kuu ambazo zinafunuliwa kwetu, angalia sentensi ifuatayo kwa makini

"…Tumekumbuka kwamba yule Mjanja alisema alipokuwa akali hai…"

Sentensi hii inatuthibitishia kuwa Wayahudi, na viongozi wao walikuwa na uhakika bayana kuwa Yesu alifia msalabani alizikwa angalia maneno yale "….alisema alipokuwa akali hai" maana yake sasa amekufa! Hapa walikuwa wakifanyia kazi maneno ya unabii wa Yesu mwenyewe kuwa hata baada ya kuuawa kwake siku ya Tatu atafufuka (Luka 9;22).

Hofu yao kuu ilikuwa kwamba kufufuka kwa Yesu Masihi kungeathiri mipango na umaarufu wao, kumbuka kuwa ulimwengu ulikuwa unamwendea yeye hususani pale alipomfufua Lazaro. Yohana 12:9-19, ikiwa umati mkuu ulikuwa unamwamini Yesu na hivyo kusababisha wao kupanga kumuua (Yohana 12:47-53) unafikiri wangefurahi kuona yeye mwenyewe akifufuka? Kwao Yesu aliitwa muongo na kuwa kwa uongo wake watu walimwamini na kama akifufuka uongo wa mwisho utapita ule wa kwanza. Hata hivyo yeye ndiye kweli halisi (Yohana 1:16-17).

Hofu yao ilikuwa kufufuka kwa Yesu kungeleta kuaminiwa zaidi na heshima zaidi kuliko mwanzoni hii ndio ilikuwa hofu ya maadui wa Kristo, hata leo wale wanaotaka kupunguza heshima ya Kristo huushambulia msalaba na ujumbe wake (1 Wakorintho 1;18).

Ningependa kutoa ushauri wa bure kwa Waislamu kuwa wanapoisoma Biblia wawe na mioyo yenye utii, mioyo safi na si kwa lengo la kuikosoa. Mtu yeyote aliyeharibika moyo hawezi kulifasiri neno la Mungu kwa halali. Moja ya kanuni za mwanzo kabisa za kulitumia Neno la Mungu kwa halali ni pamoja na utii "The principle of Obedient"

Kama Yesu ni Isa Bin Mariam, ipo wapi orodha ya majina ya Wanafunzi wa Isa Bin Mariam kwenye Quran?

Biblia iliyo kuwepo miaka 600 kabla ya Uislam, Muhammad, na Quran inasema hivi:

Neno "mtume" lamaanisha mwanafunzi au mfuasi. Neno "mtume" la maanisha "mtu aliyetumwa" Huku Yesu akiwa ulimwenguni, wafuasi wake kumi na wawili waliitwa mitume. Mitume kumi na wawili walimfuata Yesu Kristo, wakajifunza kutoka kwake, na wakaelimishwa naye.

Kama Yesu sio Mungu, iweje atume Mitume?

Mathayo 10:2-4, "Na majina ya hao mitume kumi na wawili ni haya;

Wa kwanza Simoni aliyeitwa Petro, na Andrea nduguye; Yakobo wa Zebedayo, na Yohana nduguye; Filipo, na Bartholomayo; Tomaso, na Mathayo mtoza ushuru; Yakobo wa Alfayo, na Thadayo; Simoni mkananayo, na Yuda Iskariote, naye ndiye mwenye kumsaliti."

Bibilia pia yaorodhesha hao mitume kumi na wawili katika Marko 3:16-19 na Luka 6:13-16. Linganisho la fahamu hizi tatu laonyesha tofauti chache katika majina. Inaonekana Thadayo pia aliitwa "Yuda, mwana wa Yakobo" (Luka 6:16) na Lebayo (Mathayo 10:3). Simoni mfarisayo pia aliitwa Simoni Mkananayo (Mariko 3:18). Yuda Iskariote ambaye alimsaliti Yesu, nafasi yake ilichukuliwa na Mathiya (angalia Matendo Ya Mitume 1:20-26). Walimu wengine wa Bibilia wanamwona Mathiya kama mtume ambaye "hastahili" na wanaamini kuwa Paulo alikuwa chaguo la Mungu kumpadilisha na Yuda Iskariote kama mtume wa kumi na mibili.

Sasa basi, tunawaomba Waislam watuletee majina 12 ya Mitume wa Isa Bin Maryam ili tukubalia kuwa Isa Bin Maryam ni Yesu Kristo.

MWISHO

130

Dk. Maxwell Shimba